LỤC TỔ ĐẠI SƯ
CON NGƯỜI & HUYỀN THOẠI

LỤC TỔ ĐẠI SƯ
CON NGƯỜI & HUYỀN THOẠI
NGUYỄN MINH TIẾN

Bản quyền thuộc về tác giả và Nhà xuất bản Liên Phật Hội (United Buddhist Publisher - UBP).

Copyright © 2019 by United Buddhist Publisher
ISBN-13: 978-1-0921-2079-1
ISBN-10: 1-0921-2079-3

© All rights reserved. No part of this book may be reproduced by any means without prior written permission from the publisher.

NGUYỄN MINH TIẾN

LỤC TỔ ĐẠI SƯ
CON NGƯỜI & HUYỀN THOẠI

NHÀ XUẤT BẢN LIÊN PHẬT HỘI
UNITED BUDDHIST PUBLISHER (UBP)

THAY LỜI TỰA

Đại sư Huệ Năng ra đời năm 638, là vị Tổ sư đời thứ sáu (Lục Tổ) của Thiền tông Trung Hoa, và là một trong những vị Tổ sư được nhiều người biết đến nhất. Vai trò của ngài cũng đặc biệt quan trọng đối với người Việt Nam, bởi vì có những mối liên hệ và ảnh hưởng trực tiếp cũng như gián tiếp của ngài đối với Thiền tông Việt Nam mà chúng tôi sẽ cố gắng trình bày một phần trong tập sách này, và bởi vì hầu hết những người học thiền hầu như không ai là không biết đến quyển Pháp Bảo Đàn Kinh do ngài truyền lại.

Tương tự như chuyện kể về hầu hết các vị thánh nhân của thời xa xưa, những gì ngày nay chúng ta được biết về Lục Tổ Huệ Năng là một sự pha lẫn kỳ thú giữa vô vàn những yếu tố sử liệu xen lẫn với huyền thoại, giữa những điều rất thật xen lẫn với những điều hư ảo, kỳ bí... Nhưng bao trùm lên tất cả vẫn là một nhân cách siêu việt toả sáng muôn đời của một bậc chân tu giác ngộ. Cho dù sự toả sáng ấy có thể được hậu thế mô tả, ca ngợi theo những cách khác nhau, nhưng điều tất yếu là không nên vì thế mà làm sai lệch đi những gì vốn có về con người thật của ngài.

Tập sách này được thực hiện với mục đích giới thiệu cùng độc giả đôi nét về Lục Tổ Đại sư, bao gồm những gì được ghi chép trong các tư liệu của người đi trước và kể cả một số huyền thoại được lưu truyền rộng rãi về ngài. Nhưng chúng tôi đã thực hiện việc này với một sự thận trọng cần thiết và có định hướng. Trong khi thu thập tư liệu để hình thành tập sách, chúng tôi cố gắng phân tách rõ những yếu tố nào có thể tạm gọi là "sử liệu" bởi tính xác thực tương đối của chúng, và những yếu tố nào có thể xem là truyền thuyết, huyền thoại bởi đã được phát sinh từ trí tưởng tượng của người đời.

Tuy nhiên, ngay cả trong trường hợp khảo sát những yếu tố không xác thực, chúng tôi vẫn cố gắng để có thể một phần nào đó phân tách, chắt lọc được những yếu tố thật tiềm ẩn bên trong lớp vỏ huyền thoại, kỳ bí, bằng cách nhìn nhận mọi vấn đề với một góc độ khách quan và luôn được soi sáng một cách nhất quán bởi những gì phù hợp với tinh thần Phật giáo nói chung, Thiền tông nói riêng.

Như vậy, tập sách này không nhằm mục đích trình bày về Lục Tổ Đại Sư từ góc độ của các nhà sử học. Chúng tôi không có khả năng và cũng không có dự tính làm điều đó. Sau khi thu thập tư liệu, chúng tôi đã chọn lọc và trình bày sách này theo cách mà chúng tôi tin là phù hợp với những gì mà chính Lục Tổ Đại sư đã từng truyền dạy. Các nhà sử học có thể cho rằng như vậy là thiếu tính khách quan, và chúng tôi xin nhận lời phê phán đó. Nhưng về phần mình, chúng tôi có những lý do nhất định để làm như vậy. Chỉ riêng việc Lục Tổ Đại sư là một vị Tổ sư tiêu biểu trong Phật giáo cũng đã là một yếu tố hoàn toàn khách quan cho phép chúng tôi đánh giá và loại bỏ những gì không phù hợp với yếu tố đó.

Ví như một người con xa gia đình đã lâu, nghe rất nhiều người đến nói khác nhau về cha mình. Vì sự ngăn cách về không gian và thời gian nên tất cả những gì được nghe đều không đủ tính xác thực. Tuy nhiên, người con vì đã hiểu được tâm ý của cha mình nên sau khi nghe xong có thể dựa vào sự phán đoán chủ quan của mình để đánh giá và biết được những gì là hợp lý hay không hợp lý.

Tâm trạng của chúng tôi khi biên soạn tập sách này cũng tương tự như thế. Từ nhỏ chúng tôi đã được nghe rất nhiều chuyện kể về Lục Tổ Đại sư. Sau nhiều năm may mắn được học hỏi Phật pháp, được đọc qua kinh Pháp Bảo Đàn do ngài truyền lại, chúng tôi chợt nhận ra là những gì đã được nghe qua có cả những điều hợp lý và không hợp lý.

Vì thế, chúng tôi thừa nhận tính chủ quan khi biên soạn tập sách này. Bởi vì cho dù chúng tôi đã cố gắng trung thực khi thu thập các nguồn tư liệu, nhưng những phân tích và nhận xét trong sách này lại là những ý kiến hoàn toàn chủ quan của chúng tôi, nên điều tất nhiên là độc giả có thể tán đồng hoặc không tán đồng với những ý kiến đó.

Qua cách làm này, chúng tôi mong muốn phác hoạ phần nào chân dung Lục Tổ Đại sư đúng thật như một vị Tổ sư của Thiền tông nói riêng, và như một bậc chân sư của Phật giáo nói chung. Tuy nhiên, việc độc giả có nhận ra được điều đó hay không, hoặc nhận ra đến mức độ nào tất nhiên là còn tuỳ thuộc vào sự khéo léo hay vụng về của chúng tôi trong công việc.

Tuy nhiên, cho dù tự biết sự vụng về của mình, chúng tôi vẫn mạnh dạn thực hiện công việc vì thiết nghĩ rằng, chỉ cần nêu rõ tâm nguyện của mình nơi đây thì chắc chắn sẽ có được sự đồng cảm từ nhiều độc giả gần xa, và do đó cũng chắc chắn sẽ nhận được những sự góp ý của bạn đọc cũng như sự chỉ giáo của các bậc tôn túc, trưởng thượng. Được như thế thì đây chẳng qua cũng chỉ là viên gạch lót đường đầu tiên, lo gì không có những người khác trong tương lai sẽ tiếp tục làm tốt hơn công việc này!

Trân trọng

NGUYỄN MINH TIẾN

Thân thế tầm thường của một vĩ nhân

Người đến từ phương nam

Theo phẩm Hành do trong Pháp Bảo Đàn Kinh (thường gọi tắt là Đàn Kinh) thì Lục Tổ Đại sư sinh trong một gia đình nghèo khó, sa sút. Cha ngài quê ở Phạm Dương, trước có làm quan, sau bị giáng chức đày đến xứ Lĩnh Nam làm dân thường ở Tân Châu. Không may cha ngài lại mất sớm, hai mẹ con phải trôi dạt kiếm sống, đến ở quận Nam Hải. Nhà nghèo khổ chỉ biết mưu sinh bằng việc kiếm củi mang ra chợ bán.

Ngày kia, có người khách mua củi nhờ mang đến nhà. Sau khi giao bó củi cho người ấy xong, ngài nhận tiền vừa ra đến cửa thì chợt nghe có tiếng người tụng kinh. Vừa thoáng nghe rõ lời kinh, trong tâm ngài liền có chỗ bừng sáng, thấu đạt, liền tìm đến để hỏi xem người kia tụng kinh gì. Người kia đáp: "Ấy là kinh Kim Cang." Ngài lại hỏi: "Ông từ đâu đến mà biết được kinh này?" Người kia đáp: "Tôi từ chùa Đông Thiền, huyện Hoàng Mai, Kỳ Châu đến đây. Chùa ấy là nơi Ngũ Tổ Đại sư đang giáo hóa, đồ chúng có hơn ngàn người. Tôi ở đó lễ bái, nghe giảng và thọ trì kinh này. Đại sư vẫn thường khuyên người xuất gia, tại gia nên thọ trì kinh này sẽ tự thấy tánh thành Phật."

Ngài nghe được lời ấy rồi, muốn tìm ngay đến Ngũ Tổ để học đạo. Nhưng nghĩ lại còn mẹ già không ai chăm sóc, nên trong lòng phân vân chưa biết tính sao, mới đem việc ấy nói cùng người kia. Thật là duyên may sẵn có từ đời trước, người kia liền vui vẻ giúp cho 10 lượng bạc, khuyên ngài nên dùng số bạc ấy cấp dưỡng cho mẹ già rồi tìm đến huyện Hoàng Mai tham lễ Ngũ Tổ.

Ngài liền nhanh chóng mang tiền về sắp xếp mọi việc ở nhà cho mẹ, rồi từ giã ra đi. Chỉ không quá 30 ngày đã tới được huyện Hoàng Mai, tìm đến lễ bái Ngũ Tổ.

Ngũ Tổ hỏi: "Ông từ đâu đến? Muốn cầu việc chi?"

Ngài đáp: "Đệ tử là dân xứ Tân Châu, Lĩnh Nam. Đường xa đến đây lễ thầy, chỉ cầu làm Phật chứ không cầu gì khác."

Ngũ Tổ nói: "Ông là dân xứ Lĩnh Nam, ấy là dân mường mán, mọi rợ, làm sao có thể làm Phật?"

Ngài liền đáp ngay: "Bạch thầy, người có phân ra nam bắc, nhưng tánh Phật vốn không có nam bắc. Tấm thân mường mán này với thân Hòa thượng tuy có khác, nhưng tánh Phật đâu có chi khác biệt?"

Ngũ Tổ nghe qua lời đáp, có ý muốn nói điều gì đó, nhưng chợt thấy đồ chúng vây quanh đông đảo liền bảo ngài hãy lui ra, theo đồ chúng mà làm công việc trong chùa.

Ngài lại thưa rằng: "Đệ tử tự tâm thường sanh trí tuệ, chẳng rời tự tánh, tức là ruộng phước thường sinh phước đức, chẳng hay Hòa thượng còn dạy phải làm việc chi?"

Ngũ Tổ gạt ra, nói: "Tên mọi rợ này căn tánh lanh lợi quá! Thôi đừng nói nữa, hãy đi làm việc đi."

Ngài nghe lời Ngũ Tổ dạy, liền lui ra nhà sau. Những người ở đây sai bảo ngài bửa củi, giã gạo, trải qua đến hơn tám tháng.

Đi tìm dấu vết xa xưa...

Thật ra, về thân thế của Lục Tổ Đại sư thì hiện nay chúng ta không có bất cứ nguồn sử liệu nào có tính cách chính sử, nghĩa là có thể tin cậy vào một cách chắc chắn. Như đã nói, những gì được kể lại như trên là hoàn toàn dựa vào phẩm Hành do trong Pháp Bảo Đàn Kinh. Trong đó, Lục Tổ Đại sư tự thuật lại thân thế và quá trình học đạo của mình. Ngoài những chi tiết được nêu ra ở đây, chúng ta không còn tìm thấy nguồn tư liệu đáng kể nào khác có đề cập đến thân thế của ngài. Chỉ có một vài chứng tích rất mờ nhạt mà chúng tôi sẽ nói đến trong một phần sau.

Pháp Bảo Đàn Kinh (**法寶壇經**) là một tác phẩm bằng Hán văn do các đệ tử của Lục Tổ Đại sư ghi chép lại. Nhưng về mặt văn bản học thì bản văn này đã hoàn toàn thất lạc, chưa được tìm thấy. Tất cả những bản hiện có đều được sao chép lại vào một thời điểm khá lâu sau khi Đại sư viên tịch, và không ai có thể nói chắc được là chúng đảm bảo tính chính xác đến mức nào!

Bản Pháp Bảo Đàn Kinh hiện đang lưu hành rộng rãi nhất được chép lại vào năm 1291, gọi là bản

Tông Bảo, và được đưa vào Đại Tạng Kinh thời Minh. Đến nay, bản này vẫn còn được lưu giữ trong Đại Chánh Tân Tu Đại Tạng Kinh, được xếp vào quyển 48, số hiệu 2008, trang 345. Trước đó một năm, vào năm 1290 có một bản khác được khắc in ở Nam Hải, gọi là bản Đức Dị.[1] Hai bản này khi so sánh thấy không khác biệt nhau lắm, nhưng chính bản Đức Dị đã được đưa sang Triều Tiên vào năm 1316 và từ đó về sau được chuyển dịch, lưu hành tại quốc gia này.

Trước đó cũng có một số bản Pháp Bảo Đàn Kinh khác nhưng không được phổ biến rộng rãi bằng hai bản vừa kể. Sớm nhất là bản chép năm 967, gọi là bản Huệ Hân. Sau đó là các bản năm 1013 (bản Thiều Hồi), năm 1116 (bản Tồn Trung) và năm 1153 (bản Bắc Tống). Mãi đến gần đây, việc khai quật các thủ bản ở Đôn Hoàng mới hé ra một tia sáng mới: bản Pháp Bảo Đàn Kinh được tìm thấy ở đây có niên đại được xác định vào khoảng năm 830 - 860, nghĩa là cổ nhất so với các bản trước đó đã từng được biết. Hơn thế nữa, sự khảo sát văn bản còn cho thấy là tất cả các bản kể trên thật ra đều có xuất xứ từ bản Đôn Hoàng, với những thêm thắt khác nhau trong quá trình sao chép. Vì thế, bản Đôn Hoàng là bản ngắn nhất, chỉ có khoảng 12.000 chữ, so với những bản khác đều có khoảng trên dưới 20.000 chữ!

Tuy được xác định là bản ra đời sớm nhất, nhưng nếu so với năm viên tịch của Lục Tổ Đại sư được ghi

---

[1] Vì bản này có lời đề tựa của tỳ-kheo Đức Dị trong lần khắc bản in lại vào niên hiệu Chí Nguyên thứ 27, tức là năm Canh Dần (1290).

lại chính trong sách này là năm Tiên Thiên thứ 2 (713) thì cũng đã có khoảng cách đến hơn một thế kỷ! Như vậy, tính chính xác của văn bản này cũng chỉ là tương đối mà thôi.

Quay sang tìm kiếm ở các nguồn sử liệu khác, chúng ta hầu như không tìm thấy gì khác ngoài hai dấu vết mờ nhạt sau đây:

1. Trong Lăng-già sư tử ký, cũng khai quật được ở Đôn Hoàng, thấy có nhắc đến tên Huệ Năng là một trong 10 vị đệ tử của Ngũ Tổ Hoằng Nhẫn. Ngoài ra không đề cập thêm chi tiết nào khác về ngài.

2. Trong bia ký của Vương Duy, một nhà thơ lớn, được chép vào năm 740, thấy có đoạn ghi chép về thiền sư Huệ Năng, đại ý nói rằng "...không ai biết quê quán của ngài ở đâu, chỉ biết ngài sinh sống ở một vùng man di mọi rợ, khi còn trẻ đến học đạo với Ngũ Tổ Hoằng Nhẫn, được Ngũ Tổ nhận ra là bậc pháp khí và truyền trao y bát, bảo ngài phải lánh đi nơi khác. Ngài đã ẩn cư trong 16 năm, sống chung với những người dân tầm thường ngu dốt..."[1]

Nội dung trong bia ký của Vương Duy tuy không phong phú lắm nhưng rất quan trọng, vì qua so sánh chúng ta thấy có nhiều điểm phù hợp với những gì được ghi trong Pháp Bảo Đàn Kinh. Và điều này có thể giúp tăng thêm tính xác thực cho văn bản, bởi vì

---

[1] Hai tài liệu này được chúng tôi dẫn theo giáo sư Philip B. Yampolsky trong bản dịch và khảo cứu về Kinh Pháp Bảo Đàn có nhan đề "The Platform Sutra of the Six Patriarch" (Kinh Pháp Bảo Đàn của Lục Tổ), Columbia University Press, New York, 1967.

bia ký được chép vào thời điểm khá sớm, chỉ mới có 27 năm sau khi Lục Tổ Đại sư viên tịch!

Một chi tiết nữa cũng cần được lưu ý là trong lời thêm vào ở cuối bản Đàn Kinh do đệ tử của Lục Tổ Đại sư là Lịnh Thao ghi, có một đoạn nhắc đến văn bia này của Vương Duy và một số văn bia khác nữa: "Còn những sự tích khác, hiện chép tại các bài văn bia của quan Thượng thư Vương Duy, quan Thứ sử Liễu Tông Nguyên, quan Thứ sử Lưu Vũ Tích đời nhà Đường."[1]

Nay văn bia của Vương Duy quả thật đã được tìm thấy, còn 2 tấm văn bia của Liễu Tông Nguyên và Lưu Vũ Tích thì chưa. Nhưng căn cứ vào việc tìm thấy văn bia của Vương Duy thì có thể tin được bài viết của Lịnh Thao là có thật chứ không phải do người đời sau thêm vào.

Câu hỏi chưa có lời đáp

Không một tài liệu mang tính chính sử nào ghi chép về Lục Tổ Đại sư, dù là rất ít. Điều này cho thấy là đương thời ngài không phải một bậc thầy nổi tiếng khắp nơi. Những kẻ biết đến ngài chỉ là giới hạn trong số những người quanh vùng được nghe ngài thuyết pháp hoặc từ xa tìm đến học đạo với ngài. Thiền sư Huyền Giác là một người tinh thông kinh luận, học rộng biết nhiều, nhưng không

---

[1] Nguyên văn chữ Hán như sau: 其餘事蹟，係載唐尚書王維，刺史柳宗元，刺史劉禹錫等碑。(Kỳ dư sự tích, hệ tái Đường Thượng thư Vương Duy, Thứ sử Liễu Tông Nguyên, Thứ sử Lưu Vũ Tích đẳng bi.)

hề biết đến Lục Tổ, phải đợi khi tình cờ được Huyền Sách giới thiệu mới biết để tìm đến học đạo. Sự kiện này cho thấy là Lục Tổ Đại sư vào thời đó quả thật không được nhiều người biết đến, khác với Đại sư Thần Tú chính thức được thừa nhận là bậc Quốc sư, thầy dạy của vua, với số môn đồ theo học lúc nào cũng đông đảo. Và vì thế, chúng ta không lấy làm lạ khi thấy không có tư liệu đương thời nào ghi chép về ngài.

Mặc dù khách quan đánh giá về tình hình văn bản, sử liệu là như thế, nhưng vấn đề thật ra cũng không phải hoàn toàn bi quan, mờ mịt. Trong số những dữ kiện ít ỏi mà chúng ta hiện có được, vẫn có rất nhiều đầu mối khá quan trọng giúp ta có thể thông qua đó mà tìm biết được phần nào về những gì liên quan đến Lục Tổ Đại sư.

Trước hết, về quê quán của Lục Tổ Đại sư, tất cả các bản Đàn Kinh đều chép giống nhau, rằng cha ngài quê ở Phạm Dương, trước làm quan, sau bị giáng chức đày ra Tân Châu, Lĩnh Nam. Và vì cha mất sớm, ngài cùng với mẹ già phải lưu lạc đến Nam Hải để sống bằng nghề bán củi.

Như vậy, Phạm Dương (có người nói thuộc tỉnh Hà Bắc) là quê nội của ngài, nhưng ngài đã không được sinh ra và lớn lên ở đó. Nơi sinh trưởng của ngài là ở các vùng Tân Châu, Lĩnh Nam và Nam Hải. Nói rằng cha ngài mất sớm, nên chúng ta có thể tạm hình dung ngài đã phải phiêu dạt từ nhỏ đến những nơi này chứ không đợi đến tuổi trưởng thành.

Vào thế kỷ 7, nước ta vẫn còn đang trong thời kỳ Bắc thuộc, và những địa danh Tân Châu, Lĩnh Nam, Nam Hải đều rất quen thuộc với người Việt thời đó.

Sách Việt Nam sử lược của Trần Trọng Kim nói Tân Châu thuộc Liễu Châu, tỉnh Quảng Tây ngày nay. Nhưng ngày xưa thì Tân Châu là một phần của vùng Lĩnh Nam. Theo sách Việt Sử Tiêu Án của Ngô Thời Sỹ (soạn vào năm 1775) thì Lĩnh Nam là vùng đất kể từ 2 tỉnh Quảng Đông, Quảng Tây chạy về phía nam. Đây cũng chính là cương giới của nước Việt thời xưa. Chính vì thế mà ta có tập truyện "Lĩnh Nam chích quái" ghi chép những chuyện lạ lùng, kỳ quái trên đất Việt. Đại Việt Sử ký toàn thư (bản khắc gỗ in năm 1697), phần Ngoại kỷ, quyển 2, tờ 18a có đoạn chép rằng: "... Trưng Nữ Vương tuy lấy được Lĩnh Nam... ...mà các triều Đinh, Lê, Lý, Trần chỉ có đất từ Giao Châu trở về nam thôi, không khôi phục được đất cũ của Triệu Vũ Đế..."

"Đất cũ của Triệu Vũ Đế" chính là các vùng Quảng Đông, Quảng Tây, trước đó vốn thuộc Lĩnh Nam nhưng về sau không còn nữa, vì biên giới bị thu hẹp về phía nam. Như vậy, có thể xác định nơi mà gia đình Lục Tổ vì "có tội bị đày ra" chính là thuộc địa phận nước Việt ta xưa kia.

Nam Hải cũng là một địa danh thuộc nước Việt xưa. Sách Đại Việt sử lược, một trong những bộ sử sớm nhất của nước ta, có thể đã được biên soạn vào khoảng những năm 1377 - 1388, chép rằng vào đời

Tần Nhị Thế (sau Tần Thuỷ Hoàng), quan Ký quận Nam Hải là Triệu Đà mang quân đánh chiếm các quận Quế Lâm và Tượng Quận rồi lập thành nước Nam Việt, tự xưng là Nam Việt Vương. Sách này cũng cho biết là Nam Việt Vương khéo phục lòng dân, được dân các xứ Âu Lạc, Mân Việt đều quy phục, đất đai mở rộng đông tây có hơn muôn dặm...

Như vậy, rõ ràng Nam Hải ngày xưa cũng là một địa danh thuộc nước Việt ta. Hơn thế nữa, quận này cũng nằm lân cận với Tân Châu chứ không xa lắm. Vì thế, khi mưu sinh khó khăn thì Lục Tổ cùng với mẹ già đã từ Tân Châu sang ngụ ở Nam Hải. Vậy nơi mà Lục Tổ và mẹ ngài sinh sống cũng thuộc địa phận nước ta thời ấy.

Điều này càng được khẳng định hơn nữa khi tất cả các bản Đàn Kinh đều chép giống nhau ở chi tiết Ngũ Tổ gọi ngài Huệ Năng khi mới gặp là "man di mọi rợ" (cát liêu - 獦獠). Đây chính là quan điểm của người Trung Hoa xưa kia đối với người Việt cũng như tất cả các dân tộc láng giềng của họ. Về phía tây là "mọi Tây" (Tây di), về phía nam là "rợ Nam" (Nam man), và nói chung tất cả đều là man di mọi rợ, chỉ trừ người "Trung Quốc" được xem là "ở giữa" và là "có văn minh"!

Như đã nói, những chi tiết này cũng được xác định trong nội dung bia ký của thi hào Vương Duy, dựng năm 740. Như vậy, chúng ta có thể chắc chắn rằng nơi sinh ra và lớn lên của Lục Tổ chính là đất Việt ngày xưa.

Vậy nếu như Lục Tổ là người sinh trưởng trên đất Việt Nam, liệu có thể tìm được cứ liệu nào liên quan đến ngài ở nước ta hay chăng? Chúng tôi đã thử quay sang tìm kiếm theo hướng này và phát hiện được một vài điểm đáng lưu ý.

Bản Đàn Kinh tìm được ở Đôn Hoàng không nói rõ về thân thế gia đình Lục Tổ, ngoài những gì chúng ta đã nhắc đến ở trên. Nhưng trong bài tựa được ghi là do ngài Pháp Hải soạn (được thêm vào ở các bản Đàn Kinh khác) có thêm một số chi tiết rõ hơn. Chẳng hạn, qua bài tựa này chúng ta biết ngài sinh năm Trinh Quán thứ 12 (738) và cha ngài họ Lư, tên húy là Hành Thao.

Sách An Nam chí lược của Lê Tắc soạn vào thế kỷ 14 có nhắc đến một người Trung Hoa họ Lư liên quan đến nước ta là Lư Tàng Dụng. Lai lịch người này có những chi tiết khiến ta ngờ rằng có một mối quan hệ nào đó với thân thế của Lục Tổ Đại sư.

Sách này chép về Lư Tàng Dụng như sau:

"Lư Tàng Dụng tự là Sĩ Thanh, người Do Châu, thi tiến sĩ không đỗ... ... Võ Hậu dùng làm Hoàng Môn Thị Lang. Vì tội phụ giúp Thái Bình Công chúa, Huyền Tông lúc đầu muốn xử trảm, sau bớt giận bèn đày đi Tân Châu..."[1]

Dựa theo ghi chép này thì các chi tiết về tên họ, sự kiện làm quan bị giáng chức, đày ra Tân Châu đều trùng hợp một cách đáng ngờ! Nhưng xét về thời

---
[1] Chúng tôi dẫn theo bản dịch của Ủy ban phiên dịch sử liệu Việt Nam, Viện Đại học Huế, 1960.

gian có mấy điểm không phù hợp. Nếu là Võ Hậu dùng ông này làm Hoàng Môn Thị Lang, vậy phải là trong thời gian bà nắm quyền bính. Sử Trung Hoa cho biết bà được lập làm hoàng hậu năm 655 và chính thức tham gia triều chính từ năm 660, cho đến năm 684 xưng làm Hoàng đế và nắm quyền đến năm 705. Còn vua Huyền Tông lên ngôi năm 713, sau khi Võ Hậu đã mất, và trị vì đến năm 755. Sự kiện công chúa Thái Bình xảy ra đương thời Võ Hậu, nên e rằng việc nhắc đến vua Huyền Tông ở đây là có gì đó nhầm lẫn.

Theo bài tựa Đàn Kinh thì Lục Tổ sinh năm 638, sớm hơn so với thời gian Võ Hậu cầm quyền. Nhưng tính chính xác của bài tựa Đàn Kinh cũng cần được xét lại. Bản Đàn Kinh tìm được ở Đôn Hoàng không có bài tựa này. Như vậy, có phần chắc chắn là nó không phải do ngài Pháp Hải viết ra. Bởi nếu là do Pháp Hải soạn thì nó phải có mặt ngay trong lần in đầu tiên chứ không thể mãi về sau mới được thêm vào!

Và nếu là do người đời sau soạn, thì những chi tiết có thể đã được ghi theo trí nhớ từ những lời truyền miệng qua nhiều thế hệ.

Dĩ nhiên là vẫn còn chưa đủ cơ sở để khẳng định, nhưng chúng tôi thử đặt ra một giả thuyết là có sự sai lệch khi bài tựa Đàn Kinh ghi lại năm sinh của Lục Tổ. Nếu như đó không phải là năm 638, mà là một năm nào khác trong khoảng gần hơn so với năm 660, nghĩa là năm mà Võ Hậu đã bắt đầu có những quyết định chi phối việc triều chính; và nếu như ghi chép của An Nam chí lược là chính xác, thì Lư Tàng Dụng có làm quan trong thời Võ Hậu, sau bị tội đày ra Tân Châu. Trong thời gian bị đày đến ở Tân Châu, Lĩnh Nam, phải chăng chính gia đình họ Lư này đã sinh ra được người con là Lục Tổ? Hoặc cũng có thể vào thời điểm gia đình bị lưu đày thì ngài đã ra đời nhưng vẫn còn là một đứa trẻ?

Nói một cách cụ thể hơn, nếu chúng ta giả định rằng ngài ra đời vào khoảng năm 648 hoặc muộn hơn, vào bất cứ thời điểm nào sau năm 660 nhưng trước năm 705 thì vấn đề sẽ trở nên hợp lý hơn. Bởi vì nếu như ngài sinh năm 648 và gia đình ngài bị lưu đày ngay trong năm đầu Võ Hậu cầm quyền, thì lúc đó ngài sẽ là một cậu bé mới 12 tuổi. Tuy nhiên, khả năng này có thể xem là kém thuyết phục, vì như trong một phần sau nữa chúng tôi sẽ chứng minh rằng ngài rất có thể đã sinh ra và lớn lên tại Tân Châu, Lĩnh Nam.

Tất cả những điều nói trên có lẽ đều là những nghi vấn rất đáng nêu lên để các nhà sử học tiếp tục quan tâm làm rõ.

Nhưng chúng ta hãy tạm gác lại nghi vấn này để chờ đợi may ra sẽ có thêm những chứng cứ, những tư liệu mới có thể giúp giải quyết được vấn đề. Bây giờ, quay sang với bài tựa của Đàn Kinh, chúng ta sẽ tìm hiểu xem người xưa đã xây dựng những huyền thoại gì quanh sự ra đời của Lục Tổ Đại sư trên đất nước Việt Nam.

Huyền thoại về Lục Tổ Đại sư

Đại Sư tên là Huệ Năng, cha họ Lư, tên húy là Hành Thao. Người mẹ họ Lý, sinh ra ngài nhằm giờ tý,[1] ngày mùng tám tháng hai,[2] năm Mậu Tuất, niên hiệu Trinh Quán thứ 12.[3] Khi ấy, hào quang từ nhà ngài chiếu sáng lên không trung, mùi hương lạ tỏa lan khắp nhà.

Đến tảng sáng, có hai vị tăng lạ mặt đến thăm, bảo cha ngài rằng: "Khuya nay ông vừa sinh quý tử, chúng tôi đến đây là để đặt tên cho cháu bé. Ông nên đặt trước là chữ Huệ (惠), sau là chữ Năng (能)."

Cha ngài hỏi: "Vì sao đặt tên là Huệ Năng?" Hai vị tăng đáp: "Huệ, nghĩa là đem Pháp mà bố thí cho chúng sanh; Năng, nghĩa là đủ sức làm nên Phật sự."

Hai người nói rồi ra đi, chẳng biết đi đâu!

Ngài không dùng sữa mẹ, đêm đêm có thần nhân hiện đến nuôi bằng nước cam-lộ.

Khi lớn lên, năm 24 tuổi ngài nghe kinh Kim Cang chợt có chỗ bừng sáng, mới đến núi Hoàng Mai[4] cầu đạo, được Ngũ Tổ nhận cho là được. Ngũ Tổ nhận biết ngài là bậc pháp khí, liền trao y bát và

---

[1] Giờ tý là vào giữa khuya, từ 12 giờ khuya cho đến 2 giờ sáng.
[2] Ngày mùng 8 tháng 2 là ngày vía Phật Thích-ca xuất gia, một trong các ngày lễ lớn của Phật giáo.
[3] Tức là năm 638, đời Đường Thái Tông.
[4] Núi này ở phía tây bắc huyện Hồng Mai, tỉnh Hồ Bắc ngày nay, là nơi Ngũ Tổ Hoằng Nhẫn giảng pháp.

truyền pháp, nối làm Tổ đời thứ sáu. Lúc ấy là năm đầu niên hiệu Long Sóc.[1]

Ngài theo lời dạy của Ngũ Tổ mà đi về phương Nam ẩn náu trong 16 năm, mang hình tướng của người thế tục. Qua năm đầu niên hiệu Nghi Phụng,[2] nhằm ngày mùng tám tháng giêng, Ngài gặp pháp sư Ấn Tông cùng luận bàn những ý nghĩa cao siêu huyền diệu. Pháp sư Ấn Tông nghe qua tỉnh ngộ, hiểu được nghĩa lý trong lời dạy của ngài, liền bái phục. Bảy ngày sau, tức ngày rằm tháng giêng, pháp sư Ấn Tông nhóm họp bốn chúng,[3] làm lễ xuống tóc cho ngài.[4]

Ngày mùng tám tháng hai, Pháp sư lại nhóm họp các vị danh đức, làm lễ truyền giới cụ túc.[5] Các vị truyền giới có ngài Trí Quang Luật sư ở Tây Kinh (Trường An) làm Thọ giới sư, ngài Huệ Tĩnh Luật sư ở Tô Châu làm Yết-ma, ngài Thông Ứng Luật sư ở Kinh Châu làm Giáo Thọ, ngài Kỳ-đa-la Luật sư ở Trung Thiên Trúc[6] làm Thuyết Giới, ngài Mật-đa Tam Tạng ở nước Tây Trúc[7] làm Chứng Giới.

---

[1] Tức là năm 661, Tân Dậu, đời vua Đường Cao Tông.

[2] Tức là năm 676, Bính Tý, cũng đời vua Cao Tông nhưng sửa đổi niên hiệu.

[3] Bốn chúng gồm: Xuất gia hai chúng : tỳ-kheo, tỳ-kheo ni; tại gia hai chúng : cư sĩ nam, cư sĩ nữ.

[4] Lục Tổ tuy được truyền y bát làm Tổ thứ sáu nhưng chưa từng xuất gia, thọ giới cụ túc. Phải đến nay mới chính thức làm một vị tăng. Đây cũng là một trong những điểm chưa từng thấy trong lịch sử truyền thừa của chư Tổ.

[5] Là 250 giới của vị tỳ-kheo.

[6] Trung Thiên Trúc tức là miền Trung Ấn Độ.

[7] Tây Trúc cũng là một tên gọi khác của Ấn Độ.

Giới đàn này là do ngài Cầu-na Bạt-đà-la Tam Tạng hồi triều Lưu Tống[1] sáng lập, có dựng bia đề rằng: "Sau này sẽ có vị Bồ Tát hiện thân người phàm[2] mà thọ giới nơi đây".

Lại nữa, năm đầu niên hiệu Thiên Giám nhà Lương,[3] Trí Dược pháp sư từ nước Tây Trúc vượt biển sang đây, mang theo một cây Bồ-đề bên xứ ấy mà trồng kế bên đàn này, cũng có nói rằng: "Về sau, khoảng 170 năm nữa,[4] sẽ có vị Bồ Tát hiện thân người phàm mà khai diễn pháp Thượng thừa[5] dưới cội cây này, độ cho vô số chúng sanh, là vị Pháp chủ chân truyền tâm ấn của Phật vậy."

Trong pháp hội này, Ngài chính thức cạo bỏ râu tóc, thọ giới tỳ-kheo, và vì bốn chúng mà khai thị pháp Đại thừa Đốn giáo, mọi việc đều đúng như những lời dự báo từ trước.

Mùa xuân năm sau, Ngài từ giã bốn chúng mà về chùa Bảo Lâm ở Tào Khê. Ấn Tông pháp sư và cả hai giới tăng tục theo tiễn chân có tới trên ngàn người, thẳng đến tận Tào Khê.

Khi ấy, Thông Ứng Luật sư ở Kinh Châu với vài trăm người tu học cùng về nương theo ngài.

---

[1] Tức vua Tống Lưu Dụ (420 - 478).
[2] Nguyên văn là "nhục thân Bồ Tát"
[3] Tức là năm 502, đời vua Lương Võ Đế.
[4] Khoảng thời gian tiên đoán này là từ năm 502, ứng đến năm 676 quả đúng như thật.
[5] Pháp Thượng thừa, tức là pháp Đại thừa. Ở đây chỉ cho pháp môn Đốn ngộ mà Lục Tổ về sau xiển dương.

Ngài đến chùa Bảo Lâm, Tào Khê, thấy nhà cửa thấp hẹp, chẳng đủ cho bốn chúng ăn ở. Muốn mở rộng ra, Ngài liền đến gặp một người trong làng là Trần Á Tiên mà nói rằng: "Lão tăng muốn đến thí chủ, cầu xin một chỗ đất để trải cái tọa cụ, không biết có được chăng?"

Á Tiên hỏi: "Tọa cụ[1] của Hòa thượng rộng chừng nào?" Tổ Sư đưa tọa cụ ra cho xem. Á Tiên đồng ý.

Tổ Sư lấy tọa cụ giũ ra một cái, tỏa rộng phủ hết cả vùng Tào Khê, có bốn vị Thiên vương hiện thân ngồi nơi bốn góc. Ngày nay, ở cảnh chùa ấy có núi Thiên Vương, là nhân chuyện này mà đặt tên.

Á Tiên nhìn thấy liền nói: "Nay tôi được biết pháp lực của Hòa thượng thật là rộng lớn; có điều, mồ mả tổ tiên nhà tôi từ trước đến nay đều ở tại đất này. Nếu về sau có cất chùa dựng tháp, xin đừng hủy hoại, còn ngoài ra xin cúng dường cả để mãi mãi dùng làm ngôi Tam Bảo. Nhưng đất này là mạch đến của sanh long, bạch tượng,[2] chỉ có thể làm bằng bên trên, chứù không nên làm bằng phía dưới."[3]

Theo lời Á Tiên, mọi sự kiến thiết, xây dựng về sau đều tuân thủ như vậy.

---

[1] Tấm vải nhỏ may lại dùng để ngồi thiền, các thiền sư đi đâu cũng mang theo.

[2] Chỉ địa thế núi Nam Hoa, cách phía nam huyện Khúc Giang 60 dặm, chạy dài đến Tào Khê.

[3] Nguyên văn là chỉ nên "bình thiên", khơng nên "bình địa", nghĩa là cất nhà lựa theo thế núi: nếu cất ở chỗ cao thì làm thấp xuống, cất ở chỗ thấp thì làm cao lên, khiến cho phần nóc bằng nhau ở phía trên, chứ không xẻ núi đánh đá cho bằng nhau ở phía dưới nền đất được, vì sợ động đến long mạch của núi.

Một hôm, Tổ Sư đi dạo chơi đến một chỗ cảnh vật tốt tươi, có suối nước, non cao, liền dừng nghỉ lại đó, bèn thành một nơi lan-nhã.[1] Có cả thảy 13 cảnh như vậy, ngày nay gọi là Hoa Quả Viện. Còn tên gọi đạo tràng Bảo Lâm là do ngài Trí Dược Tam Tạng ở nước Tây Trúc đặt. Khi ngài từ Nam Hải qua cửa Tào Khê, lấy tay vốc nước uống thấy thơm và ngon, lấy làm lạ mà bảo môn đồ rằng: "Nước này với nước bên Tây Thiên[2] không khác gì. Trên nguồn suối này ắt có thắng địa, cất chùa lên rất tốt." Liền lần theo dòng suối mà đi lên nguồn, thấy bốn bề non nước quanh co, đèo động tốt lạ, khen rằng: "Thật không khác gì núi Bảo Lâm bên Tây Thiên!" Liền nói với cư dân thôn Tào Hầu rằng: "Nơi đây nên cất một ngôi chùa. Sau này chừng một trăm bảy mươi năm nữa, sẽ có pháp bảo vô thượng được diễn giảng ở đây, kẻ đắc đạo nhiều vô kể, nên đặt hiệu là Bảo Lâm."[3]

Quan Mục Thiều Châu thuở ấy là Hầu Kính Trung đem lời đó soạn tờ biểu tâu lên triều đình. Nhà vua chuẩn lời xin, ban cho tấm biển đề là Bảo Lâm Tự. Bởi đó mà thành một ngôi chùa. Việc ấy bắt đầu từ năm thứ 3 niên hiệu Thiên Giám.[4]

Trước chùa có hồ lớn, thường có một con rồng nổi lên, thân hình to lớn quấn quanh, làm hại cây cối

---

[1] Lan-nhã, phiên âm tiếng Phạn, viết trọn chữ là A-lan-nhã (**Āriṇya**), cũng viết: Lan thất, tức là nơi yên vắng, thanh tịnh, chỉ cảnh chùa chiền nói chung.
[2] Tây Thiên, cũng là tên khác chỉ Ấn Độ.
[3] Bảo Lâm: khu rừng quý, ý nói người đắc đạo sẽ nhiều như cây trong rừng vậy.
[4] Tức là năm 504, đời vua Lương Võ Đế.

trong rừng. Một ngày kia, nó hiện hình rất lớn, quẫy đạp sóng dậy tràn lên, mây mưa mù mịt, khiến tăng chúng đều sợ hãi.

Tổ Sư ra nạt con rồng rằng: "Ngươi chỉ hiện được hình lớn, chẳng hiện được hình nhỏ. Nếu là rồng thần biến hóa được, lẽ ra nên từ nhỏ thành lớn, từ lớn thành nhỏ mới phải."

Ngài nói xong, con rồng ấy liền lặn ngay xuống, giây lâu hiện lên thân hình rất nhỏ bé, nhảy nhót trên mặt hồ. Tổ Sư mở bình bát ra, hỏi rằng: "Ngươi có dám nhảy vào cái bát của lão tăng đây không?"

Con rồng bèn lượn quanh, rồi chập chờn đến trước Tổ Sư, Ngài lấy cái bát úp lại, con rồng chẳng cựa quậy gì được nữa. Tổ Sư liền mang bát trở lên chùa, thuyết pháp với rồng. Rồng bèn thoát xác mà đi, bỏ lại bộ xương dài chừng bảy tấc, đầu, đuôi, sừng, chân đều đủ cả, tương truyền là vẫn để ở cửa chùa. Sau này, Tổ Sư sai lấy đất đá lấp cái hồ ấy. Ngày nay ở trước đền, phía bên trái có cây tháp sắt, tức là chỗ đó vậy.

Bản Đàn Kinh ở Đôn Hoàng

Bản Đàn Kinh tìm được ở Đôn Hoàng không có bài tựa nói trên, nghĩa là không có những chi tiết cụ thể cũng như những huyền thoại về sự ra đời của Lục Tổ Đại sư. Bài tựa cho chúng ta nhiều chi tiết hơn, nhưng đồng thời tính xác thực của nó cũng kém hơn so với những gì được ghi trong phần chính văn của Đàn Kinh.

Trong các bản Đàn Kinh khác, bài tựa này được in đầu sách và ghi rõ là do Pháp Hải soạn vào đời nhà Đường. Pháp Hải đúng là một trong mười đệ tử được Lục Tổ Đại sư giao phó trách nhiệm lưu truyền Đàn Kinh. Trong bản Đàn Kinh ở Đôn Hoàng cũng có đoạn nói rằng chính Pháp Hải là người biên tập Đàn Kinh. Phân đoạn 55 trong bản Đôn Hoàng viết:

"Đàn Kinh này là do Thượng Toạ Pháp Hải biên tập. Lúc mất, Thượng Toạ giao lại cho người bạn đồng học là Đạo Xán. Lúc Đạo Xán qua đời lại giao cho người đệ tử là Ngộ Chơn. Ngộ Chơn hiện giờ đang truyền thọ giáo pháp này ở chùa Pháp Hưng, núi Tào Khê, thuộc Lĩnh Nam."[1]

Theo như đoạn văn này thì Đàn Kinh được ghi chép ngay sau khi Lục Tổ Đại sư viên tịch, và đệ tử của ngài là Pháp Hải đã chủ trì thực hiện việc ghi chép. Nhưng không thấy có bài tựa do Pháp Hải viết như các bản sau này. Trong khi đó, các bản Đàn Kinh khác đều có thêm bài tựa ở đầu sách. Tất cả các bản đều nói rất rõ là ngài viên tịch ngày mùng 3 tháng 8 năm Quý Sửu (713).

Như vậy, Pháp Hải sau đó đã giao lại bản Đàn Kinh này cho một người bạn đồng học là Đạo Xán. Chúng ta không biết Pháp Hải viên tịch năm nào, nên tạm ước chừng là trong khoảng 30 năm sau khi Lục Tổ Đại sư viên tịch. Đạo Xán là bạn đồng học, nên có lẽ không chênh lệch tuổi tác quá nhiều so với Pháp

---

[1] Dẫn theo bản dịch của Hòa Thượng Thích Mãn Giác, NXB Tôn Giáo, 2003.

Hải. Ông này đã tiếp tục giữ gìn bản Đàn Kinh cho đến khi mất và thời gian này có lẽ cũng không quá 20 năm. Khi ấy, Đạo Xán giao Đàn Kinh lại cho Ngộ Chơn. Có khả năng chính vị này là người ghi thêm phân đoạn 55 và 2 phân đoạn sau đó nữa vào bản Đàn Kinh. Bởi vì trong đoạn văn nói "Ngộ Chơn hiện giờ đang... ...ở chùa Pháp Hưng, núi Tào Khê...", như vậy có nghĩa là khi viết đoạn văn này vào Đàn Kinh thì Ngộ Chơn vẫn còn đang sống. Và thời điểm này có thể ít nhất đã cách thời điểm Lục Tổ Đại sư viên tịch vào khoảng 50 năm. Và nếu những ước đoán của chúng ta không sai lệch lắm thì bản Đàn Kinh được hoàn chỉnh đến những dòng cuối cùng như trên vào lúc này, khoảng năm 763.

Giáo sư Akira Fujieda của Đại Học Tokyo đã thực hiện việc giảo nghiệm lối viết chữ để xác định niên đại của bản Đàn Kinh tìm được ở Đôn Hoàng và kết luận là bản này được chép sớm nhất cũng phải vào năm 830, muộn nhất không quá năm 860. Nếu kết luận này là đáng tin cậy, thì từ khi được định hình hoàn chỉnh như trên đến thời điểm văn bản Đôn Hoàng được thực hiện đã có khoảng cách thời gian gần 100 năm! Điều này cho thấy là sau khi Lục Tổ Đại sư viên tịch cho đến khoảng hơn một thế kỷ sau đó thì Đàn Kinh vẫn chưa được phổ biến rộng rãi. Và chính vì thế mà ngày nay chúng ta mới không tìm được bản Đàn Kinh nào ra đời từ thời đó.

Trong một tập sách bằng Anh ngữ nhan đề "The Zen Doctrine of No-Mind" (Samuel Weiser, Inc,

1972), D. T. Suzuki có đề cập đến một quyển tiểu sử Lục Tổ Đại sư do một thiền sư Nhật Bản là Tối Trừng (người sáng lập tông Thiên Thai ở Nhật Bản) mang về Nhật vào năm 803, khi vị này sang Trung Hoa để tham học Phật pháp. Như vậy, tập sách này chắc chắn ra đời trước năm 803, nếu không nói là sớm hơn nhiều, vì D. T. Suzuki hẳn có đủ cơ sở nên mới tin rằng nó được biên soạn ngay sau khi Lục Tổ Đại sư viên tịch vào năm 713. Và nếu quả đúng vậy thì đây có thể xem là tư liệu đáng tin cậy nhất về Lục Tổ Đại sư.

Chúng tôi hiện không có trong tay tài liệu này, nhưng theo D. T. Suzuki trong sách đã dẫn trên thì tài liệu này cho biết ngài Huệ Năng đã tìm đến Ngũ Tổ vào năm 34 tuổi, trong khi bài tựa Đàn Kinh chúng ta vừa nhắc đến lại nói là 24 tuổi!

Ngoài ra, sách này cũng cho biết thêm một chi tiết thú vị nữa là ngay sau khi Lục Tổ Đại sư nhận y bát và rời đi không bao lâu thì Ngũ Tổ Hoằng Nhẫn viên tịch. Chi tiết này hoàn toàn không có trong bản Đàn Kinh tìm được ở Đôn Hoàng, và trong các bản sau này thì được thêm vào bằng một câu khá mơ hồ, qua lời Ngũ Tổ dự báo rằng "Ông đi rồi thì 3 năm sau ta sẽ bỏ cõi thế", nhưng sau đó lại không có đoạn nào xác nhận là thật ra thì Ngũ Tổ có viên tịch đúng 3 năm sau hay không? Nếu tài liệu được Suzuki dẫn trên là chính xác, nghĩa là Ngũ Tổ viên tịch ngay sau khi Lục Tổ ra đi về phương Nam, thì xem ra điều này khá phù hợp để giải thích việc truyền y bát có vẻ như hơi vội vàng của Ngũ Tổ, vào lúc mà chàng thanh niên Huệ Năng đến chùa chưa bao lâu cũng như chưa được truyền thọ Cụ túc giới để chính thức trở thành một vị tăng.

Tuy nhiên, nếu loại bỏ những yếu tố khác biệt chỉ mang tính sự kiện như vừa nêu trên, thì các bản Đàn Kinh nói chung không khác nhau mấy trong phần chính văn khi trình bày về giáo pháp Đốn ngộ mà Lục tổ Đại sư thuyết giảng. Điều này cho thấy các vị đệ tử đã gìn giữ rất tốt những lời dạy của thầy. Còn những sai lệch như nêu trên có thể chỉ là do họ đã không quan tâm đúng mức trong việc ghi chép sự kiện, cũng như do về sau - có thể là bắt đầu từ lần in năm 967 - đã có nhiều sự thêm thắt vào mỗi lần khắc in, làm cho bản Đàn Kinh ngày càng dài ra hơn và có thêm nhiều chi tiết hơn.

Tuy nhiên, có một điều dễ nhận ra và rất đáng trân trọng là những bản Đàn Kinh ra đời muộn hơn về sau, nhất là bản Tông Bảo đời Minh (1291), đều đã được nhuận sắc rất kỹ lưỡng, nên câu văn trở nên mạch lạc, rõ ràng và dễ hiểu hơn nhiều khi so sánh với bản Đôn Hoàng. Để làm được điều đó mà không sai lệch đi ý nghĩa kinh văn, những người nhuận sắc chắc chắn đã phải dày công khảo cứu cũng như phải nắm vững được những lời dạy trong giáo pháp này.

Như vậy, việc tìm được cổ bản Đôn Hoàng thật ra chỉ có ý nghĩa về mặt khảo cứu nhiều hơn, vì so ra nó không làm thay đổi mấy những gì đã được nhận hiểu từ các bản Đàn Kinh đang lưu hành, nhất là bản Tông Bảo. Có chăng là nó đã giúp tạo thêm niềm tin chắc chắn vào độ chính xác của những lời giảng dạy về giáo pháp được ghi lại trong Đàn Kinh, bởi vì cho dù có sự thay đổi, trau chuốt văn từ, nhưng khi so sánh thì người ta vẫn thấy ý nghĩa không có gì sai lệch!

Hành trình về phương Nam

Huệ Năng đến chùa Đông Thiền được hơn 8 tháng, chỉ chuyên lo việc giã gạo, bửa củi trong khuôn viên nhà bếp của chùa. Một hôm, Ngũ Tổ đi ngang qua chỗ làm việc, chợt nhìn thấy Huệ Năng liền gọi đến bảo rằng:

"Ta thấy chỗ biết của ông có thể dùng được, nhưng e có kẻ xấu làm hại ông, cho nên không nói chuyện, ông có biết hay không?"

Huệ Năng thưa: "Đệ tử biết ý thầy, nên chẳng dám ra phía trước, để người khác đừng hay biết."

Ngày kia, Ngũ Tổ gọi các môn đồ lại đông đủ mà dạy rằng:

"Các ông nghe ta bảo đây. Người đời sanh tử là việc lớn, các ông suốt ngày chỉ lo việc cầu phước mà chẳng cầu ra khỏi biển khổ sanh tử. Tánh mình nếu mê, phước nào cứu đặng? Các ông hãy lui ra, tự quan sát trí tuệ, lấy tánh Bát-nhã nơi bản tâm mình, mỗi người làm một bài kệ đem trình ta xem. Nếu ai ngộ đạo, ta sẽ truyền pháp và y cho làm Tổ thứ sáu. Phải nhanh chóng lên, chẳng được chậm trễ. Nếu còn phải suy nghĩ là chẳng phải chỗ dùng được. Nếu thật người thấy tánh, vừa nghe lời nói liền phải thấy ngay. Người như vậy, cho dù có vung đao ra trận cũng vẫn thấy biết."[1]

Đồ chúng nghe rồi lui ra, bảo nhau rằng: "Chúng ta chẳng cần phải lắng lòng dụng ý viết kệ trình Hòa thượng làm chi. Thượng tọa Thần Tú hiện là Giáo thọ, ắt là sẽ được. Bọn ta có làm kệ cũng chỉ uổng tâm lực mà thôi!"

Rồi tất cả đều buông xuôi, tự nghĩ rằng: "Từ đây về sau, chúng ta chỉ cần nương theo sư Thần Tú, còn phải phiền lòng làm kệ mà chi?"

Khi ấy, Thần Tú lại suy nghĩ rằng: "Mọi người chẳng làm kệ, vì ta đây đối với họ là thầy Giáo thọ. Còn như ta lại cần phải làm kệ trình Hòa thượng, vì nếu chẳng trình kệ thì Hòa thượng làm sao biết được chỗ hiểu trong lòng ta sâu cạn thế nào? Ý ta trình kệ, nếu vì cầu Pháp tức là việc tốt, nếu vì cầu ngôi Tổ tức là việc xấu, chẳng khác nào như kẻ phàm phu

---

[1] Bản Đôn Hoàng chép đoạn này như sau: "Một hôm, bỗng nhiên Ngũ Tổ cho gọi tất cả các môn nhân lên. Sau khi họ đã tụ tập đầy đủ, Ngũ Tổ nói: Để tôi nói cho các ông nghe, đối với người đời thì sanh tử là việc lớn, song môn nhân các ông suốt ngày cúng dường, chỉ cầu phước điền mà chẳng cầu việc xuất ly khỏi biển khổ sanh tử. Nếu tự tánh của các ông mà mê mờ thì phước cũng chẳng làm sao mà cứu các ông được. Các ông mau quay về phòng tự nhìn vào chính mình, người nào có trí tuệ chắc chắn sẽ nắm bắt được cái bổn tánh của trí Bát nhã, rồi mỗi người làm một bài kệ trình lên cho tôi xem. Tôi sẽ đọc kệ của các ông, nếu như có người nào giác ngộ được đại ý của Phật pháp, tôi sẽ trao lại y pháp cho người ấy và tuyên dương làm vị Tổ thứ sáu. Các ông mau lên cho." (Theo bản dịch của Hòa Thượng Thích Mãn Giác, sách đã dẫn). Độc giả có thể so sánh với đoạn dịch từ bản Tông Bảo để thấy tính cách trôi chảy và sáng sủa hơn của bản sau này. Tuy nhiên, về ý nghĩa thì hai bản rõ ràng không khác nhau mấy.

muốn đoạt ngôi Thánh. Nhưng nếu không trình kệ, rốt cuộc lại chẳng được Pháp. Thật là khó lắm, khó lắm thay!"

Trước phòng Ngũ Tổ có ba gian mái hiên, ngài định mời quan Cung phụng[1] là Lư Trân vẽ tranh minh hoạ kinh Lăng-già và biểu đồ truyền thừa năm vị Tổ để lưu truyền.[2] Thần Tú làm kệ xong, đã mấy lần muốn đem trình, nhưng cứ lên đến trước thềm thì trong lòng hoảng hốt, mồ hôi ra khắp người, muốn trình mà chẳng được. Trải qua 4 ngày, đến 13 lần như vậy, chẳng trình kệ được! Thần Tú bèn suy nghĩ:

"Chi bằng viết vào vách dưới mái hiên, khiến cho Hòa thượng xem thấy. Nếu Ngài bảo là hay, thì ta ra lễ bái, nhận là mình làm. Còn nếu Ngài bảo là chẳng được, thì thật uổng công bao năm ở núi, nhận sự lễ bái của người, còn tu hành gì nữa?"

Nghĩ sao làm vậy, canh ba đêm ấy chẳng cho ai biết, Thần Tú tự mình cầm đèn đến viết bài kệ đã làm lên vách mái hiên phía nam để trình chỗ hiểu biết trong tâm mình. Kệ rằng:

Thân là cây Bồ-đề,

Tâm như đài gương sáng.

Thường siêng lau siêng rửa,

Chớ để bám bụi nhơ.

---

[1] Chức Hàn lâm Cung phụng là người có tài khéo léo, được vào triều lo việc trang trí trong cung vua.

[2] Tức là biểu đồ truyền thừa từ Đạt-ma Sơ Tổ cho đến Ngũ Tổ.

Thần Tú viết kệ rồi lui về phòng, không ai hay biết. Lại suy nghĩ rằng:

"Ngày mai, Ngũ Tổ thấy kệ mà vui mừng, tức là ta có duyên với Pháp. Còn nếu ngài bảo chẳng được, tức là ta ngu mê, nghiệp chướng còn nặng, chẳng thể đắc Pháp. Ý Thánh thật khó lường!"

Thần Tú ở trong phòng trằn trọc suy tưởng mãi, nằm ngồi chẳng yên, cho đến tận canh năm.

Sáng ra, Ngũ Tổ mời quan Cung phụng họ Lư đến chỗ vách tường mái hiên phía nam để vẽ biểu đồ. Chợt thấy bài kệ ấy, liền nói rằng:

"Quan Cung phụng thôi chẳng cần vẽ nữa. Thật đã làm nhọc ngài từ xa đến đây! Kinh dạy rằng: 'Những gì có hình tướng đều là hư vọng.' Vậy nên chỉ cần lưu lại bài kệ này cho người trì tụng. Y theo kệ này tu khỏi đọa nẻo ác, y theo kệ này tu, được lợi ích lớn."

Nói rồi sai đệ tử đốt hương lễ kính, bảo mọi người đều nên tụng kệ này. Mọi người tụng kệ đều khen ngợi: "Hay lắm thay!"

Khoảng canh ba, Ngũ Tổ gọi Thần Tú vào phòng, hỏi rằng:

"Bài kệ là của ông làm phải không?"

Thần Tú thưa: "Quả thật là Tú này làm, chẳng dám vọng cầu ngôi Tổ, chỉ mong Hòa thượng từ bi xem coi có chút trí tuệ nào hay chăng?"

Ngũ Tổ nói: "Ông làm bài kệ này chưa thấy được

bản tánh, chỉ như đến ngoài cửa, chưa vào được trong. Như đem chỗ hiểu biết ấy mà cầu đạo Vô thượng Bồ-đề thì quyết chẳng thể được. Vô thượng Bồ-đề vốn tự bản tâm, thấy tự bản tánh, chẳng sanh chẳng diệt. Bất cứ lúc nào, niệm tưởng nào cũng đều tự thấy biết, muôn pháp không ngăn ngại, một pháp chân thật thì hết thảy pháp đều chân thật, muôn cảnh tự như như. Tâm như như đó tức là chân thật. Nếu thấy biết được như vậy, tức là tự tánh Vô thượng Bồ-đề. Ông nên lui về suy nghĩ trong một hai ngày nữa, làm một bài kệ khác trình ta xem. Nếu kệ của ông vào được trong cửa,[1] ta sẽ truyền pháp và y."

Thần Tú làm lễ lui ra. Lại qua vài ngày, làm kệ chẳng được, trong lòng hoảng hốt, tâm thần chẳng yên, mơ màng như trong mộng, lúc đi lúc ngồi đều chẳng được an vui.

Hai hôm sau, có một chú tiểu đi ngang qua chỗ giã gạo, tụng bài kệ của Thần Tú. Ngài Huệ Năng vừa nghe qua, biết ngay bài kệ ấy chưa thấy được bản tánh. Tuy ngài chưa hề được dạy dỗ giáo pháp, nhưng đã sớm nhận hiểu được đại ý, liền hỏi chú tiểu ấy rằng: "Người tụng kệ gì vậy?"

Chú tiểu nói: "Gã mường mán này, thật không biết gì sao? Đại sư có nói: Người đời sanh tử là việc lớn. Ngài muốn truyền pháp và y, nên dạy môn đồ làm kệ trình. Nếu ai ngộ được đại ý, Ngài sẽ trao y và pháp, cho làm Tổ thứ sáu. Thượng tọa Thần Tú

---

[1] Lấy ý câu trên, Ngũ Tổ bảo bài kệ của Thần Tú chỉ "đến ngồi cửa, chưa vào được trong".

viết bài kệ này trên vách tường hiên phía nam. Đại sư bảo mọi người đều nên tụng, tu theo kệ ấy khỏi đọa nẻo ác, tu theo kệ ấy, có lợi ích lớn."

Ngài Huệ Năng liền nói: "Này chú! Tôi giã gạo nơi đây đã hơn tám tháng rồi, chưa hề lên tới trước chùa. Mong được chú dẫn tôi tới trước bài kệ đó để lễ bái."

Chú tiểu liền dẫn ngài Huệ Năng đến chỗ trước bài kệ. Ngài nói: "Huệ Năng không biết chữ, xin chú đọc giúp cho được nghe."

Khi ấy, có quan Biệt giá[1] Giang Châu là Trương Nhật Dụng đang đứng gần đó, liền cao giọng đọc bài kệ lên. Ngài Huệ Năng nghe rồi liền nói: "Tôi cũng có một bài kệ, mong quan Biệt giá viết giúp tôi."

Quan Biệt giá nói: "Ông cũng làm được kệ sao? Thật là việc ít có!"

Ngài Huệ Năng liền bảo quan Biệt giá: "Muốn học đạo Vô thượng Bồ-đề, chẳng nên khinh người mới học. Người thấp hèn có khi có trí tuệ cao thượng, người cao thượng có khi không trí tuệ. Nếu khinh người thì mắc tội không kể xiết!"

Quan Biệt giá nói: "Được rồi, ông chỉ việc đọc kệ đi, ta viết giúp cho. Nếu ông đắc Pháp, nên tiếp độ ta trước, chớ quên lời."

Ngài Huệ Năng liền đọc kệ rằng:

Bồ-đề vốn chẳng phải cây,
Gương sáng cũng chẳng phải đài.

---
[1] Biệt giá : chức quan hầu theo quan Thứ sử.

Xưa nay vốn không một vật,
Chỗ nào bám được bụi nhơ?

Bài kệ được viết xong, đồ chúng đều kinh hãi, ai nấy sửng sốt bảo nhau rằng: "Lạ thay! Thật là không thể lấy bề ngoài để xét đoán người! Sao lâu nay chúng ta lại dám sai khiến vị Bồ Tát mang xác phàm này?"

Ngũ Tổ thấy mọi người kinh động, e có kẻ xấu ghen ghét làm hại Huệ Năng, bèn lấy chiếc dép chà lên xóa ngay bài kệ đi và nói rằng: "Cũng chưa thấy tánh." Đồ chúng đều nghe vậy.

Hôm sau, Ngũ Tổ đến chỗ giã gạo, thấy Huệ Năng lưng đeo đá, giã gạo,[1] liền bảo rằng: "Người cầu đạo, vì pháp quên mình đến thế sao?" Rồi lại hỏi: "Gạo đã trắng chưa?"[2] Ngài Huệ Năng thưa: "Gạo trắng đã lâu, còn thiếu người sàng gạo."[3] Ngũ Tổ liền dùng gậy gõ lên thành cối ba cái rồi đi.

Ngài Huệ Năng hiểu ý Ngũ Tổ, chờ trống canh ba vừa điểm liền vào thất. Ngũ Tổ lấy áo cà-sa che quanh, chẳng cho ai trông thấy, rồi giảng kinh Kim Cang cho nghe. Đến câu "Nên sanh tâm từ chỗ không bám víu vào đâu cả."[4] Huệ Năng vừa nghe liền đại ngộ, hiểu rằng hết thảy muôn pháp chẳng rời tự tánh.

---

[1] Cối giã gạo dùng chày đạp bằng chân, người giã phải đeo thêm đá nặng trên lưng mà đạp lên chày cho mạnh.

[2] Ý Tổ hỏi là đạo hạnh của Huệ Năng đã thành thục chưa.

[3] Huệ Năng cũng ngụ ý nói đạo hạnh đã thành thục rồi, chỉ còn thiếu sự phân biệt tinh, thô mà thôi, như việc sàng gạo để phân tốt xấu.

[4] Nguyên văn: "Ưng vô sở trụ nhi sanh kỳ tâm."

Ngài Huệ Năng khi ấy thưa với Ngũ Tổ rằng: "Thật không ngờ tự tánh vốn tự thanh tịnh! Thật không ngờ tự tánh vốn chẳng sanh diệt! Thật không ngờ tự tánh vốn tự đầy đủ! Thật không ngờ tự tánh vốn chẳng lay động! Thật không ngờ tự tánh sanh ra muôn pháp!"

Ngũ Tổ biết là Huệ Năng đã ngộ bản tánh, liền bảo rằng: "Chẳng biết bản tâm, học pháp vô ích. Nếu tự biết bản tâm, tự thấy bản tánh, tức là bậc trượng phu, là thầy của hàng trời, người, là Phật."

Ngài Huệ Năng thọ pháp vào canh ba, chẳng ai hay biết. Ngũ Tổ truyền pháp Đốn giáo[1] và y bát, dạy rằng: "Nay ông là Tổ đời thứ sáu, khéo tự giữ gìn, rộng độ chúng sanh, lưu truyền đạo pháp cho đời sau, đừng để dứt mất. Hãy nghe bài kệ này:

Tình khởi nên gieo giống,
Vòng nhân quả loanh quanh.
Không tình cũng không giống,
Không tánh cũng không sanh."

Ngũ Tổ lại nói: "Thuở xưa, Đại sư Đạt-ma mới đến đất này, lòng người chưa tin sâu vững nên truyền y này như vật làm tin, đời đời truyền nối. Còn việc truyền pháp tất phải lấy tâm truyền tâm, khiến cho tự ngộ, tự chứng. Từ xưa, chư Phật chỉ truyền bản thể, chư Tổ ngầm nối bản tâm. Y bát là đầu mối

---

[1] Giáo pháp tức thời đi thẳng đến cảnh giới giải thoát, dành cho bậc thượng căn, thượng trí. Khác với Tiệm giáo là giáo pháp dạy người tu tập dần dần, trừ bỏ ác nghiệp mà ngày càng đến gần chỗ giải thoát hơn.

sanh ra tranh đoạt, đến ông không nên truyền nữa. Nếu truyền y này thì nguy đến tính mạng. Ông nên mau đi đi, kẻo có người làm hại."

Ngài Huệ Năng thưa hỏi: "Giờ con biết đi đâu?"

Ngũ Tổ đáp: "Gặp Hoài[1] thì ngừng; gặp Hội[2] thì ẩn."

Ngài Huệ Năng nhận y bát đang lúc canh ba, thưa với Ngũ Tổ rằng:

"Huệ Năng người miền Nam, không thông thạo đường đi ở núi này, làm sao ra được đến cửa sông?"

Tổ đáp: "Ông chẳng phải lo, ta tự đưa ông đi."

Ngũ Tổ đưa ra đến tận bến Cửu Giang, bảo Huệ Năng lên thuyền, rồi tự cầm chèo mà chèo đi. Huệ Năng thưa: "Xin Hòa thượng ngồi, để đệ tử chèo."

Ngũ Tổ nói: "Ta nên độ ông sang sông."

Huệ Năng thưa: "Khi mê thầy độ, ngộ rồi thì tự độ. Độ tuy là một tiếng, mà chỗ dùng chẳng giống nhau. Huệ Năng sanh nơi biên địa, giọng nói không chuẩn, được nhờ Thầy truyền pháp, nay đã ngộ rồi, chỉ nên tự độ."[3]

Ngũ Tổ nói: "Đúng vậy, đúng vậy! Pháp Phật từ nay về sau do ông mà rộng truyền. Ông đi rồi, ba

---

[1] Sau này ứng là huyện Hồi Tập, thuộc tỉnh Quảng Tây

[2] Sau này ứng là huyện Tứ Hội, thuộc tỉnh Quảng Đông.

[3] Đoạn này không thể diễn hết ý trong Hán văn. Vì chữ độ (度) mang cả hai nghĩa: một nghĩa là đưa sang sông (dùng như chữ 渡), một nghĩa là cứu độ. Ngũ Tổ nói một câu mà chữ độ được hiểu theo cả hai nghĩa. Ngài Huệ Năng lãnh ý nên trả lời hợp ý Tổ.

năm sau ta sẽ bỏ cõi thế. Ông đi may mắn, gắng sức về phương Nam. Nên ẩn nhẫn, chớ vội vàng giảng pháp, pháp Phật sẽ khó mà sanh khởi."

Ngài Huệ Năng từ biệt Ngũ Tổ, rồi hướng về phương Nam mà đi. Bấy giờ là vào năm đầu niên hiệu Long Sóc đời vua Đường Cao Tông, tức là năm Tân Dậu (661).

Ngũ Tổ quay về, luôn mấy ngày chẳng lên giảng đường. Đồ chúng nghi hoặc, thưa hỏi: "Chẳng hay Hòa thượng có bệnh hoạn, sầu não gì chăng?"

Ngũ Tổ đáp: "Bệnh thì không có bệnh, nhưng y pháp đã về phương Nam rồi."

Chúng đệ tử lại hỏi: "Ai được truyền thọ?"

Ngũ Tổ đáp: "Năng được rồi."[1]

Lúc ấy đồ chúng mới biết. Liền có khoảng vài trăm người đuổi theo, muốn cướp y bát. Trong số đó có một vị tăng tên Huệ Minh, họ Trần, trước đây từng giữ chức quan võ hàng tứ phẩm, tánh tình thô bạo. Ông này cầm đầu cả bọn, cố sức đuổi theo. Đuổi riết trong hai tháng, tới núi Đại Dữu thì bắt kịp.

Lục Tổ khi ấy đặt y bát trên một hòn đá mà nói rằng: "Y bát này là vật làm tin, há có thể dùng sức mà tranh đoạt được sao?"

Rồi Lục Tổ ẩn vào cỏ rậm. Huệ Minh đuổi tới,

---

[1] Nguyên văn "Năng giả đắc chi - 能者得之" được dùng theo hai nghĩa: "người tên Năng (Huệ Năng)", mà cũng là "người có khả năng".

đưa tay lấy y bát, cố sức nhấc lên không nổi, liền gọi lớn rằng: "Hành giả, hành giả! Tôi thật vì pháp, chẳng phải vì y bát mà đến đây."

Lục Tổ liền bước ra, lên ngồi trên tảng đá. Huệ Minh lễ bái, nói: "Mong được ngài vì tôi mà thuyết pháp."

Lục Tổ nói: "Nếu ông đã vì pháp mà đến đây, vậy nên dứt bỏ hết các duyên, chớ sanh niệm tưởng, ta sẽ vì ông mà giảng pháp."

Một lúc lâu sau, Lục Tổ mới nói: "Không nghĩ thiện, không nghĩ ác, ngay trong lúc ấy, mặt mũi xưa nay của Thượng tọa Minh là gì?"

Huệ Minh nghe qua liền bừng tỉnh, hiểu được ý chỉ. Lại hỏi: "Ngoài lời kín đáo, ý bí mật đó, còn có bí mật nào khác nữa chăng?"

Lục Tổ đáp: "Đã nói ra với ông, tức chẳng phải bí mật. Nếu ông tự soi xét lại mình, thì chỗ bí mật chính ở nơi ông."

Huệ Minh thưa: "Tôi tuy theo học với Ngũ Tổ nhưng thật chưa từng nhận ra mặt mũi của chính mình. Nay nhờ ngài chỉ dạy cho, như người uống nước, nóng lạnh tự biết. Vậy ngài chính là thầy tôi vậy."

Lục Tổ nói: "Nếu ông được như vậy, thì ta với ông cùng một thầy, nên khéo tự giữ gìn."

Huệ Minh lại hỏi: "Từ nay, Huệ Minh biết đi đâu?"

Lục Tổ đáp: "Đến Viên[1] thì dừng, gặp Mông[2] thì ở." Huệ Minh lễ bái từ biệt.

---

[1] Sau ứng là Viên Châu.
[2] Sau ứng là Mơng Sơn tại Viên Châu.

Hoằng dương chánh pháp

Nam tông Đốn giáo Tối thượng thừa

Một trong những khác biệt của bản Đàn Kinh tìm được ở Đôn Hoàng so với những bản khác là ngay từ đầu có một dòng ghi: "Nam Tông Đốn giáo Tối thượng thừa Ma-ha Bát-nhã Ba-la-mật Kinh, Lục Tổ Đại sư Huệ Năng thí Pháp Đàn Kinh". Những chi tiết trong dòng tiêu đề này rất đáng quan tâm.

Như chúng ta đã biết, Lục Tổ Đại sư hoằng truyền giáo pháp Đốn ngộ của Thiền tông ở phương Nam, nên người đời sau phân biệt gọi là "Nam Năng, Bắc Tú" để chỉ việc ngài hoằng hóa ở phương Nam còn Đại sư Thần Tú truyền dạy ở phương Bắc. Tuy nhiên, xưa nay vẫn tin rằng việc chia ra Nam, Bắc như trên chỉ là do người đời sau phân biệt mà gọi. Nay căn cứ theo dòng chữ này thì có thể thấy là khái niệm "Nam tông" vốn đã có từ khá sớm, ít nhất cũng là trước khi bản Đàn Kinh Đôn Hoàng được ghi chép, nếu không nói là còn có thể sớm hơn nữa, ngay từ thời Lục tổ Đại sư còn tại thế!

Đàn Kinh nói rằng, Lục Tổ Đại sư vâng lời dạy của Ngũ Tổ mà lánh về phương Nam, đi trong vòng 2 tháng thì đến núi Đại Dữu. Trong phần trước lại có nói ngài từ Tân Châu tìm đến Hoàng Mai, không quá 30 ngày đã đến. Như vậy, hành trình lần này của ngài đã đi xa hơn về phía nam đến cả tháng trời.

Hay nói khác hơn, chính là đi sâu vào địa phận nước Việt Nam.

Nơi ngài sinh trưởng tuy vẫn thuộc về địa phận nước Việt xưa, nhưng vì nằm trong 2 tỉnh Quảng Đông, Quảng Tây nên xét theo địa phận ngày nay là bên kia biên giới phía Bắc. Với hành trình hơn 2 tháng từ Hoàng Mai đi về hướng nam, chắc chắn ngài đã vượt qua Tân Châu để đi sâu vào địa phận nước Việt, và núi Đại Dữu chắc chắn là một trong những ngọn núi nằm về phía Bắc nước ta.

Trong một phần trước, bằng vào những cứ liệu đáng tin cậy, chúng ta đã chứng minh rằng nơi sinh ra và lớn lên của Lục Tổ chính là đất Việt ngày xưa. Điều này có thể là một bất ngờ khá thú vị đối với những ai lâu nay vẫn nghĩ về Lục Tổ Đại sư chỉ như là một vị Tổ sư của Thiền Trung Hoa mà chưa từng biết đến những mối liên hệ giữa ngài với đất nước Việt Nam. Tuy nhiên, trong thực tế thì sự kiện này lại không mấy quan trọng khi đứng trên quan điểm Thiền tông nói riêng, Phật giáo nói chung, vốn không có sự phân biệt về chủng tộc,[1] biên giới. Điều quan trọng hơn mà chúng tôi muốn đề cập đến ở đây là, nếu căn cứ vào những gì được ghi lại trong Đàn Kinh thì chính Việt Nam là địa bàn đầu tiên mà Lục Tổ đã chọn để hoằng dương chánh pháp, hay nói theo như

---

[1] Có người dựa vào câu nói của Ngũ Tổ khi nói về thân phận "mường mán" của Lục Tổ để cho rằng đó là sự phân biệt. Thật ra, đây chỉ là một cách thăm dò để biết được phản ứng của Lục Tổ mà thôi. Nếu sự phân biệt này là có thật, Ngũ Tổ hẳn đã không truyền y bát cho Lục Tổ chỉ trong vòng hơn 8 tháng sau đó.

trong Đàn Kinh là truyền dạy "Nam tông Đốn giáo Tối thượng thừa".

Có điều mà chúng ta cần lưu ý là, Đàn Kinh đã không được viết ra như một tập sử liệu. Mục đích chính của tập sách này là ghi lại những lời dạy của Lục Tổ Đại sư. Và những người thực hiện cũng như gìn giữ Đàn Kinh qua nhiều thế hệ đã làm rất tốt công việc này. Nhờ đó, khi so sánh bản Đàn Kinh tìm được ở Đôn Hoàng với tất cả các bản Đàn Kinh khác, chúng ta thấy là nội dung trình bày về giáo pháp không có những sai lệch đáng kể. Những nghi vấn trong Đàn Kinh đối với chúng ta hầu hết là rơi vào những phần nội dung thuật lại các sự kiện, hoặc về thời gian, hoặc về địa danh. Mà những nội dung này có vẻ như không được những người ghi chép Đàn Kinh quan tâm nhiều, bởi như đã nói, đây không phải là mục đích chính của họ.

Về việc Đàn Kinh không quan tâm đến các sự kiện, thời gian và không gian, chúng ta có thể thấy rõ qua việc phân tích chính nội dung của văn bản này. Chẳng hạn, những gì Lục Tổ Đại sư thuật lại trong phẩm Hành Do về thân thế của ngài không nhằm hình thành một tiểu sử hoàn chỉnh, mà chỉ nhằm đưa ra những dữ kiện có giá trị sách tấn việc tu tập của đồ chúng, như trong lời kết của phẩm này có nói rõ:

"Huệ Năng này đắc pháp ở Đông Sơn, từng chịu đủ mùi cay đắng, tánh mạng mong manh như sợi tơ treo. Ngày nay cùng sứ quân[1] và các quan viên, tăng, ni, đạo, tục đồng trong hội này. Nếu các vị chẳng nhờ duyên lành từ nhiều kiếp xa xưa, từng trong quá khứ cúng dường chư Phật, gieo trồng căn lành, làm sao lại được nghe nhân duyên đắc pháp Đốn giáo như ta vừa kể?..."

Nếu chúng ta xem đây là một bản tiểu sử tự thuật về cuộc đời Lục Tổ Đại sư, chúng ta sẽ không thể hiểu được dụng ý của ngài, cũng như sẽ nảy sinh nhiều nghi vấn về những chi tiết không được đề cập đến hoặc đề cập không rõ ràng.

Lấy ví dụ, Đàn Kinh có nhắc đến sự kiện Lục Tổ Đại sư còn một mẹ già đang sống ở Nam Hải vào lúc ngài lên đường tìm đến Hoàng Mai cầu đạo. Nhưng trong phẩm Hành Do cũng như cho đến trọn quyển Đàn Kinh không thấy nhắc lại một chi tiết nào về người mẹ này! Rốt cùng thì bà còn sống bao lâu sau khi ngài ra đi? Số tiền mà Ngài để lại (10 lượng bạc) làm sao có thể đủ cho bà sinh sống suốt đời, vậy sau đó thì sao? Và nếu bà qua đời, sao không thấy nói đến việc ngài về chịu tang?

Tất cả những điều này đều là rất quan trọng đối với người Trung Hoa cũng như người Việt Nam. Và ngay cả quan điểm về chữ hiếu của đạo Phật cũng xem những việc này là hết sức quan trọng. Đức Phật trong thời gian giáo hóa nơi xa mà nghe tin vua Tịnh Phạn có bệnh cũng phải thân hành về thăm viếng. Khi vua cha mất, ngài tự thân lo việc ma chay, tống

---
[1] Tức quan Thứ sử Thiều Châu Vi Trụ.

táng. Như vậy, người như Lục Tổ Đại sư càng không thể xem nhẹ chữ hiếu, không thể quên hẳn đi người mẹ già còn chờ đợi nơi quê nhà khi ngài lên đường cầu đạo! Nhưng Đàn Kinh không nhắc đến những chi tiết này chỉ vì xem đó là những sự kiện có tính cách cá nhân, chỉ liên quan đến đời tư của Lục Tổ mà không cần thiết cho việc tu tập của đồ chúng. Những chi tiết nào mà Đàn Kinh ghi chép lại đều nhằm lưu truyền giáo pháp mà Lục Tổ Đại sư đã giảng dạy chứ không nhằm kể lại một cách đầy đủ về cuộc đời ngài.

Hiểu được điều này, chúng ta sẽ không lấy làm lạ khi thấy Đàn Kinh chép rất sơ sài về các sự kiện, thời gian và địa danh. Rất nhiều chi tiết cụ thể chỉ được thêm vào sau này mà không hề có trong lần biên soạn đầu tiên, chẳng hạn như năm sinh của Lục Tổ Đại sư hoặc một số sự kiện chi tiết đã xảy ra trong cuộc đời ngài đều không thấy ghi trong bản Đàn Kinh tìm được ở Đôn Hoàng, nhưng trong những bản sau này thì thấy được thêm vào khá nhiều chi tiết.

Về ngôi chùa mà ngài đã thuyết pháp lần đầu tiên cũng vậy. Chỉ thấy ghi là chùa Đại Phạm ở Thiều Châu nhưng không nói rõ gì thêm về ngôi chùa này. Cứ theo tên gọi này thì ngày nay thật không biết đó là ngôi chùa nào!

Từ điển Phật học của Đinh Phúc Bảo dẫn sách Quảng Đông thông chí, quyển 229, nói rằng: "Chùa này ở phủ Thiều Châu, huyện Khúc Giang, nay thuộc Hà Tây, trước có tên là chùa Báo Ân Quang Hiếu. Đời nhà Đường, niên hiệu Khai Nguyên thứ 2 (714) vua ban sắc tu tạo, lấy tên là chùa Khai Nguyên, sau đổi làm chùa Đại Phạm, là nơi Thứ sử Vi Trụ thỉnh Lục Tổ thuyết giảng Đàn Kinh. Đời nhà Tống, niên hiệu Sùng Ninh thứ 3 (1104) ban chiếu sai các châu xây dựng thành chùa Sùng Ninh, sau đổi thành chùa Thiên Ninh. Đến niên hiệu Thiệu Hưng thứ 3 (1133) cho thờ phụng vua Huy Tông nơi đây, được vua ban tấm biển đề tên chùa là Báo Ân Quang Hiếu."

Điều thú vị ở đây là, căn cứ sách Quảng Đông thông chí thì tên chùa Đại Phạm chưa có vào thời Lục Tổ Đại sư còn tại thế, mà chỉ có sau năm 714. Như vậy, những ghi chép chi tiết liên quan đến tên chùa này chắc chắn là do người đời sau thêm vào Đàn Kinh! Phần cuối Đàn Kinh có nhắc đến việc Lục Tổ Đại sư cho xây tháp ở chùa Báo Ân tại Tân Châu vào tháng 7 năm 712 càng khẳng định chắc chắn hơn cho nhận xét này. Bởi nếu được biên soạn vào cùng một thời điểm thì không có lý do gì mà những người biên soạn lại dùng hai tên gọi để chỉ cùng một ngôi chùa, vì chùa Báo Ân cũng chính là chùa Đại Phạm, nơi Đại sư đã thuyết pháp lần đầu tiên theo lời thỉnh cầu của quan Thứ sử Thiều Châu lúc bấy giờ là Vi Trụ.[1]

Lại nói về lần thuyết pháp ở chùa Đại Phạm, các bản Đàn Kinh đều chép về số thính chúng là "tăng, ni, đạo, tục có hơn ngàn người",[2] riêng bản Đôn Hoàng lại nói "Lúc ấy dưới toà có hơn mười ngàn

---

[1] Bản Đôn Hoàng chép tên vị quan Thứ sử này là Vi Cứ.

[2] Tăng, ni, đạo, tục nhất thiên dư nhân - 僧尼道俗一千餘人.

tăng, ni, đạo, tục..." Một ngàn và mười ngàn không phải là sự chênh lệch nhỏ. Nhưng nếu dựa theo số nho sĩ trong pháp hội mà cả bản Đôn Hoàng và các bản khác đều nói là khoảng 30 người thì có thể thấy con số một ngàn người có vẻ hợp lý hơn. Rõ ràng bản Đôn Hoàng cũng không hẳn là luôn chính xác hơn các bản khác!

Trên đây tạm dẫn ra một vài sự kiện để thấy rằng khi tiếp cận với Đàn Kinh chúng ta không nên quá nặng về những sự kiện, chi tiết có tính sử liệu, ngược lại chỉ nên chú ý đến ý nghĩa giáo pháp mà bản kinh này truyền lại. Bây giờ xin trở lại với tiêu đề "Nam tông Đốn giáo Tối thượng thừa" mà chúng ta đã có dịp nhắc đến ở đầu mục này.

Đến đây chúng ta đã thấy rõ việc gọi tên giáo pháp do Lục Tổ Đại sư truyền dạy là "Nam tông" cũng là điều tất nhiên, bởi ngài đã đi sâu vào đất Việt để ẩn cư trong vòng 16 năm rồi bắt đầu thuyết giảng giáo pháp này tại đây, nghĩa là tại phía nam của Trung Hoa vào thời đó. Chùa Đại Phạm, như trên đã nói, khi ấy là chùa Báo Ân, thuộc địa phận Thiều Châu (Quảng Đông) cũng là một trong các quận của Lĩnh Nam thời ấy.

Như vậy, trong số "tăng, ni, đạo, tục" đến nghe Lục Tổ Đại sư thuyết pháp lúc bấy giờ - đông đảo hơn gấp nhiều lần so với số quan viên, nho sĩ - chắc chắn là đã có rất đông người Việt Nam. Hơn thế nữa, sự mến mộ của nhân dân ở đây sau khi nghe ngài thuyết pháp cũng được ghi nhận trong Đàn Kinh, phẩm Phó chúc:

"Đến tháng mười một, quan lại và môn nhân, kẻ tăng, người tục ở ba quận Quảng Châu, Thiều Châu và Tân Châu đều tranh nhau rước chân thân, không giải quyết được."

Đó là nói việc sau khi Lục Tổ viên tịch, nhân dân ba quận lân cận này đều muốn giành quyền rước nhục thân của ngài về địa phương mình. Điều đó cho thấy họ rất ngưỡng mộ, kính trọng ngài.

Ngược lại, về phía Lục Tổ Đại sư, ngài cũng rất gắn bó với vùng đất nơi mình đã sinh ra và lớn lên. Đàn Kinh cho biết là trước khi viên tịch khoảng một năm, vào tháng 7 năm 712, ngài đã cho một số đệ tử về "chùa Báo Ân tại Tân Châu xây tháp".[1] Đến mùng 8 tháng 7, ngài từ Tào Khê bảo môn đồ chuẩn bị thuyền về Tân Châu. Trước khi đi, đồ chúng hoang mang thưa hỏi ngày trở lại, ngài chỉ trả lời: "Lá rụng về cội". (葉落歸根 - Diệp lạc quy căn). Quả thật là một câu nói thấm đượm tinh thần dân tộc Việt Nam, thể hiện rõ tình cảm bao năm gắn bó giữa ngài với vùng đất "mường mán" này.

Sau đó, ngài về chùa Báo Ân và quả nhiên viên tịch tại đây vào ngày mùng 3 tháng 8 năm Quý Sửu (713).

Ngày nay, ở Việt Nam chúng ta không còn tìm được bất cứ văn bản nào đề cập chi tiết đến giai đoạn

---

[1] Đây cũng là một chi tiết khá thú vị, vì Quảng Đông thông chí nói chùa này thuộc Thiều Châu mà ở đây nói thuộc Tân Châu.

Lục Tổ Đại sư thuyết pháp tại đây, truyền bá giáo pháp Đốn ngộ của Thiền tông. Tuy nhiên, điều đó không có nghĩa là tất cả đã hoàn toàn mất dấu. Tuy không có những chứng tích rõ rệt, nhưng một sự kiện trọng đại, lớn lao như sự xuất hiện hoằng hóa của Ngài không thể không để lại những dấu vết liên quan nhất định. Chúng tôi đã quay sang tìm kiếm theo hướng này và bước đầu ghi nhận được một vài kết quả, tuy vẫn còn khá khiêm tốn nhưng đã phần nào khẳng định cách suy nghĩ như trên là hoàn toàn có cơ sở hợp lý.

Trước hết, sách Thiền uyển tập anh, bộ thiền sử gần như duy nhất của nước ta, được soạn vào khoảng thế kỷ 14, có nhắc đến một tập sách nhan đề "Nam tông tự pháp đồ" (南宗嗣法圖), đôi khi được gọi tắt là Nam tông đồ hay Nam Tông pháp đồ.[1] Dựa theo nhan đề cũng có thể đoán biết được nội dung sách này là một biểu đồ truyền thừa của Thiền tông, dĩ nhiên là có kèm theo những ghi chép nhất định về từng người được kể ra trong đó. Sách Thiền uyển tập anh cũng cho biết soạn giả của sách Nam tông tự pháp đồ là Thiền sư Thường Chiếu (? - 1203) và nói là sách này "gồm 1 quyển, hiện lưu hành ở đời" (一卷, 行于世 - Nhất quyển, hành vu thế). Như vậy,

---

[1] Trong một chú giải khi dịch sách Thiền uyển tập anh, ông Lê Mạnh Thát có nói "Nam tôn tự pháp đồ, Thiền uyển tập anh dẫn nó hai lần, một ở cuối bản tiểu sử của Ma Ha và gọi bằng tên tắt Nam tôn đồ, và một ở cuối bản tiểu sử của Định Huệ." Tuy nhiên, sau khi khảo sát văn bản, chúng tôi thấy sách Nam Tông tự pháp đồ đã được dẫn ra trong Thiền uyển tập anh ít nhất là 6 lần, trong đó ngoài một lần ở phần nói về soạn giả của nó là Thiền sư Thường Chiếu, còn lại ở 5 mục khác là khi nói về các thiền sư Không Lộ, Thần Nghi, Ma Ha, Định Huệ và Định Giác.

vào thời điểm biên soạn sách Thiền uyển tập anh thì Nam tông tự pháp đồ vẫn đang được lưu hành. Chính soạn giả sách Thiền uyển tập anh cũng đã dựa vào Nam tông tự pháp đồ như một trong các nguồn tư liệu. Không may là quyển Nam tông tự pháp đồ này đến nay đã mất nên chúng ta không thể biết được một cách chính xác nội dung của nó. Tuy nhiên, ở đây chúng tôi quan tâm đến tên sách này như một trong các yếu tố đặc biệt cần lưu ý.

Thiền tông Việt Nam theo Thiền uyển tập anh ghi lại có 2 dòng chính là phái thiền Tì-ni-đa-lưu-chi và phái thiền Vô Ngôn Thông. Tuy nhiên, trong sách này cũng như trong tất cả những sách khác về sau có đề cập đến Thiền tông Việt Nam, chúng ta chưa từng thấy có sự phân chia "Nam tông, Bắc tông". Khái niệm này chỉ có thể xuất phát duy nhất từ thực trạng phân chia của Thiền Trung Hoa từ thời "Nam Năng, Bắc Tú", bởi vì hết thảy sách xưa của nước ta khi nói về những vấn đề chung của cả nước thường dùng các danh xưng như Đại Việt, An Nam, Giao Châu, thậm chí là Lĩnh Nam, chứ không có quyển sách dùng riêng một chữ "Nam". Theo thông lệ này, một quyển sách nói về thế thứ truyền thừa của các thiền sư Việt Nam lẽ ra phải có những tên đại loại như là "Đại Việt tự pháp đồ" hay "An Nam tự pháp đồ"... Phải chăng việc đặt tên sách cho thấy có ảnh hưởng nhất định của sự truyền thừa từ "Nam tông" của thiền Trung Hoa, mà nói cụ thể hơn là từ sự giáo hóa của Lục Tổ Đại sư?

Kết hợp nhận xét này với những dữ kiện đã cho thấy việc Lục Tổ Đại sư sinh trưởng trên đất Việt, truyền pháp trên đất Việt, thì có lẽ việc liên hệ "Nam tông" trong tên sách này với "Nam tông Đốn giáo Tối thượng thừa" của Lục Tổ Đại sư cũng không phải là điều khiên cưỡng.

Vấn đề thứ hai mà chúng tôi lưu ý là tại Việt Nam có một ngôi chùa mang tên Lục Tổ, tọa lạc tại làng Dịch Bảng, phủ Thiên Đức, nay là làng Đình Bảng, huyện Từ Sơn, tỉnh Bắc Ninh.

Đại Việt Sử Ký Toàn thư, phần Bản kỷ, quyển 2, khi nói về Thái Tổ Hoàng Đế Lý Công Uẩn có nhắc đến thiền sư Vạn Hạnh ở chùa Lục Tổ, bản dịch của Viện Khoa học Xã hội Việt Nam (1985-1992) có lời chú rằng: "Chùa Lục Tổ cũng gọi là chùa Cổ Pháp".

Sách Thiền uyển tập anh đã nhắc đến ngôi chùa này trong phần nói về thiền sư Thường Chiếu, vì vị thiền sư này xuất thân nơi đây.

Thiền sư Vạn Hạnh (? - 1025) là vị Quốc sư nổi tiếng, có công trong việc gầy dựng vương triều của Lý Công Uẩn. Quê ngài ở làng Cổ Pháp, cũng tức là làng Dịch Bảng hay Đình Bảng ngày nay. Làng này trước có tên là Diên Uẩn. Sách Thiền uyển tập anh chép rằng: "Khi thiền sư Định Không (? - 808) lập chùa Quỳnh Lâm, đào đất đắp nền bỗng được một cái lư hương và 10 cái khánh,[1] sai người mang xuống sông rửa thì một cái lặn mất xuống chạm đất dưới

---

[1] Khánh: loại nhạc khí nhỏ cầm trên tay, dùng trong nghi lễ Phật giáo.

đáy sông mới dừng. Sư giải thích rằng: Chữ thập (十), chữ khẩu (口)¹ hợp thành chữ cổ (古); chữ thuỷ (水), chữ khứ (去)² hợp thành chữ pháp (法);³ chữ thổ (土)⁴ chỉ chỗ ở làng này. Nhân đó liền đổi tên làng thành Cổ Pháp."

Câu chuyện này gợi lên nghi vấn về những chiếc khánh cổ ở làng này. Phải chăng nơi đây từ xa xưa đã có một ngôi chùa nào đó từng sử dụng loại nhạc khí chuyên dùng trong nghi lễ Phật giáo này? Và nếu vào đầu thế kỷ 9 mà ngôi chùa này đã hoàn toàn mất dấu, chỉ còn lại những chiếc khánh cổ với lư hương nằm sâu trong lòng đất, thì rất có thể nó phải được xây dựng từ trước đó ít nhất cũng hơn một thế kỷ!

Thiền uyển tập anh lại không cho ta biết tên chùa Lục Tổ có tự bao giờ. Chỉ biết thầy của Vạn Hạnh là Thiền Ông (902 - 979), thầy của Thiền Ông là Trưởng lão La Quý (? - ?), thầy của La Quý là Thông Thiện (? - ?), thầy của Thông Thiện là Định Không (? - 808) đều có gắn bó với chùa Lục Tổ. Định Không tuy dựng chùa Quỳnh Lâm nhưng sau khi viên tịch lại được đệ tử là Thông Thiện dựng tháp thờ ở phía tây chùa Lục Tổ.

Một ngôi chùa trong suốt hơn một thế kỷ liên tục

---

¹ Do có 10 cái khánh nên hình dung chữ thập với chữ khẩu.
² Do có 1 cái khánh chìm mất xuống nước nên hình dung hai chữ thuỷ khứ.
³ Vì khi ghép thì chữ thuỷ (水) thành ra ba chấm bên (氵), gọi là ba chấm thuỷ.
⁴ Vì có 1 cái khánh chìm xuống chạm đất dưới đáy sông.

đào tạo ra những bậc danh tăng, trong đó có cả thiền sư Vạn Hạnh là bậc Quốc sư có ảnh hưởng rõ rệt đến vương triều nhà Lý, lại mang tên Lục Tổ vào một thời điểm rất sớm! Không biết ông Nguyễn Lang trong Việt Nam Phật giáo sử luận đã dựa vào tư liệu nào nhưng có ít nhất 2 lần nhắc đến ngôi chùa này với khẳng định đây là "một tổ đình rất xưa của thiền phái Tì-ni-đa-lưu-chi". Đó là khi ông bàn về soạn giả sách Thiền uyển tập anh và khi nói về Thiền phái Yên Tử đời Trần. Tuy nhiên, ông cũng không cho biết về niên đại của ngôi chùa mà ông gọi là "rất xưa" này.

Thiền sư Định Không viên tịch vào năm 808, và vào thời điểm này thì chùa Lục Tổ đã là một ngôi chùa "rất xưa". Như vậy, rất có thể nó đã được xây dựng hoặc từ thời Lục Tổ (trước năm 713) hoặc chí ít cũng là sau khi ngài viên tịch không bao lâu. Chúng tôi chưa được biết là có ngôi chùa nào mang tên ngài vào thời điểm đó ở Trung Hoa hay không, nhưng sự xuất hiện của chùa Lục Tổ ở Việt Nam vào thời điểm rất sớm như vậy chắc chắn không thể là một sự ngẫu nhiên.

Việt Nam chỉ có 3 vị Tổ sư được gọi tên theo thế thứ truyền thừa, đó là Tam Tổ của thiền phái Trúc Lâm Yên Tử, đời nhà Trần. Trước đó, Thiền uyển tập anh khi ghi chép về các thiền sư chỉ sử dụng pháp hiệu chứ chưa từng gọi theo thứ tự truyền pháp như sơ tổ, nhị tổ, tam tổ... Vì thế, chúng ta có thể yên tâm là danh xưng Lục Tổ ở đây không phải chỉ cho ai khác mà chính là Lục Tổ Đại sư Huệ Năng. Và sự xuất hiện của một ngôi chùa mang tên ngài vào thời điểm đó chắc chắn phải là do những ảnh hưởng tất yếu của giai đoạn ngài giáo hóa tại Việt Nam.

Một chi tiết thú vị khác được sách Thiền uyển tập anh ghi lại có giá trị củng cố thêm cho nhận xét trên. Đó là việc Trưởng lão La Quý[1] tổ chức đúc một pho tượng Lục Tổ bằng vàng, đem chôn giấu đi và dặn đệ tử là khi nào gặp được vị vua anh minh thì đào lên để lấy vàng giúp đỡ.

Một pho tượng bằng vàng với khối lượng dự tính có thể "giúp vua giúp nước", hẳn không thể là quá nhỏ. Sử sách không ghi chép việc về sau pho tượng ấy có được đào lên hay không, vào thời điểm nào... nhưng ở đây điều chúng ta quan tâm chính là việc chọn hình tượng Lục Tổ để đúc tượng. Điều này cho thấy hình ảnh Lục Tổ Đại sư vào lúc ấy vẫn còn ăn sâu trong tâm thức người Việt, nên họ mới có thể hình dung ra vóc dáng của ngài để đúc thành một pho tượng thờ cụ thể.

Nếu có thể xác định niên đại của chùa Lục Tổ, chắc chắn mọi việc sẽ trở nên rõ ràng hơn. Tuy nhiên, chỉ bằng vào những gì đã trình bày như trên, có lẽ cũng đã quá đủ để chúng ta hình dung ra những ảnh hưởng cụ thể của Lục Tổ Đại sư trong thời gian ngài lưu trú tại Việt Nam.

Tuy nhiên, ngoài những ảnh hưởng trực tiếp từ Lục Tổ Đại sư qua những dấu tích trên, "Nam tông

---
[1] Thiền uyển tập anh không nói đến năm sinh, năm mất của vị này. Theo ông Nguyễn Lang thì vị này sinh năm 852 và mất năm 936.

Đốn giáo" còn có những nhân duyên sâu đậm khác nữa với người dân Việt từ thời trước đó.

Chúng ta đều biết vị thiền sư mang thiền học đến truyền bá tại Việt Nam được ghi nhận sớm nhất là thiền sư Tì-ni-đa-lưu-chi (比尼多流支), là vị Tổ sư khai sáng dòng thiền mang tên ông. Vị này đến nước ta vào tháng 3 năm Canh Tý (580), và trước đó đã đắc pháp với Tam Tổ Tăng Xán tại Trung Hoa. Như vậy, so về thế thứ truyền thừa thì ông là người đắc pháp ngang hàng với Tứ Tổ Đạo Tín tại Trung Hoa.

Năm 594, thiền sư Tì-ni-đa-lưu-chi viên tịch, truyền pháp cho đệ tử người Việt Nam là Pháp Hiền (? - 626). Như vậy, về thế thứ truyền thừa thì thiền sư Pháp Hiền ngang với Ngũ Tổ Hoằng Nhẫn, thầy của Lục Tổ Đại sư Huệ Năng.

Theo sách Thiền uyển tập anh thì thiền sư Pháp Hiền khi hoằng hóa tại chùa Chúng Thiện tăng chúng thường đông đến hơn 300 vị. Danh tiếng và đức độ của ngài lan truyền khắp nơi, vua nhà Tùy nghe tiếng sai người mang đến ban cho 5 hòm xá-lợi Phật cùng với điệp sắc, bảo ngài dựng tháp cúng dường.

Như vậy thì sự giáo hóa của thiền sư Pháp Hiền ở Việt Nam xem ra cũng không kém Ngũ Tổ Hoằng Nhẫn ở Trung Hoa, vì từ một nơi xa xôi biên địa mà danh tiếng và đức độ có thể lan truyền đến tận kinh đô nhà Tùy thì đủ biết ảnh hưởng tại Việt Nam của ngài khi ấy đến mức nào.

Thiền uyển tập anh không có thông tin gì về đệ tử nối pháp của ngài Pháp Hiền, trừ ra cho ta biết là chỉ có một người được truyền pháp. Chính vị thiền sư khuyết danh này giữ vị trí truyền thừa tương đương với Lục Tổ Đại sư Huệ Năng!

Vị trí người nối pháp của vị này cũng tiếp tục bị bỏ trống. Tuy nhiên, theo những thông tin tiếp sau đó thì chúng ta có thể đoán được đó là một trong hai vị thiền sư: Pháp Đăng hoặc Huệ Nghiêm. Về cả hai vị này, Thiền uyển tập anh cũng không ghi chép được thông tin gì khác ngoài pháp hiệu và tên ngôi chùa mà họ cư trú. Nhưng đến vị thiền sư thuộc thế hệ kế tiếp là Thanh Biện thì chúng ta có một chi tiết khá lý thú là: vị này chuyên trì kinh Kim Cang, cũng chính là bộ kinh đã giúp Lục Tổ Đại sư ngộ đạo!

Hai vị trí hầu như bị bỏ trống ngay sau thiền sư Pháp Hiền tạo thành một quãng thời gian mà chúng ta không thể biết được về những sự việc gì đã xảy ra. Ngài Pháp Hiền viên tịch năm 626, và ngài Thanh Biện viên tịch năm 686. Trong quãng thời gian 60 năm này, như đã nói, sách Thiền uyển tập anh chỉ cho chúng ta biết được là đã có một thiền sư tên Pháp Đăng trú trì chùa Phổ Quang và một vị khác tên Huệ Nghiêm, trú trì chùa Sùng Nghiệp. Tuy nhiên, trong hai vị này thì ai thực sự được xem là thầy của Thanh Biện, tức là người nối pháp của Pháp Hiền, thì sách này lại không nói rõ.

Thiền sư Thanh Biện theo học với thiền sư Pháp Đăng từ năm 12 tuổi. Sau khi Pháp Đăng viên tịch, ngài chuyên trì kinh Kim Cang, đến 8 năm vẫn chưa đạt ngộ. Nhờ có vị khách đến chùa chỉ ra chỗ vướng mắc của ngài và giới thiệu đến thiền sư Huệ Nghiêm ở chùa Sùng Nghiệp, ngài mới được khai ngộ. Đó là tất cả những gì chúng ta được biết về quãng thời gian từ năm 626 đến năm 686.

Một nghi vấn khác mà chúng tôi cảm thấy vẫn chưa thể giải thích thoả đáng được là khoảng thời gian ẩn cư hơn 15 năm của Lục Tổ Huệ Năng. Đây là một quãng thời gian khá dài, và với quan điểm "vô thường tấn tốc" của một vị thiền sư thì việc tiếp tục sống chung với những người thợ săn trong suốt 15 năm là điều có vẻ như không hợp lý! Ngũ Tổ có đề nghị nên lánh về phương Nam và "đừng vội thuyết pháp", nhưng không ngăn cấm Huệ Năng tiếp tục công phu tu tập, hành trì. Trong truyền thống Thiền tông, thời gian luôn là yếu tố được xem trọng. Khi Sơ Tổ Đạt-ma chưa gặp được cơ duyên hóa độ, ngài đã dành trọn 9 năm để ngồi tĩnh tu quay mặt vào vách, khiến người thời bấy giờ phải gọi ngài là "Bích quán Bà-la-môn" (ông Bà-la-môn ngó vách). Lục Tổ không thể bỏ phí 15 năm chỉ để ngày ngày đi theo đám thợ săn mà không làm một điều gì đó lợi mình, lợi người.

Nếu chấp nhận nghi vấn này là hợp lý, thì chúng ta có thể liên tưởng ngay đến việc Lục Tổ khi đi sâu vào đất Việt Nam không thể không nghe biết đến việc Pháp Hiền đã từng giáo hóa tại chùa Chúng Thiện và thiền học phương Nam đang được truyền bá rộng khắp. Và nếu điều này thực sự xảy ra, khả năng ngài Huệ Năng tìm đến tham học với một thiền sư nào đó ở phương Nam là rất có thể xảy ra. Chúng ta lưu ý thời gian Lục Tổ lưu trú trên đất Việt Nam là khoảng từ năm 661 đến năm 677, chính là rơi vào giai đoạn mà Thiền uyển tập anh đã ghi lại quá ít thông tin như đã nói: giai đoạn 626 - 686. Vì thế, nếu như Lục Tổ quả thật có tìm đến tham học với một thiền sư Việt Nam nào đó - thầy của Thanh Biện chẳng hạn - thì chúng ta cũng hoàn toàn không biết được.

Như đã nói, Thiền uyển tập anh không xác định giữa hai vị Pháp Đăng và Huệ Nghiêm thì ai là người thuộc dòng thiền Tì-ni-đa-lưu-chi, nhưng điều tất nhiên ta có thể hiểu được ở đây là một trong hai người phải thuộc về một dòng thiền khác. Cũng cần lưu ý là thiền phái Vô Ngôn Thông khi ấy còn chưa xuất hiện. Mặt khác, khi ngài Tì-ni-đa-lưu-chi vừa đến Việt Nam, trú ở chùa Pháp Vân thì tại đây đã có Đại sư Quán Duyên đang giảng dạy thiền học, và chính Pháp Hiền ban đầu đến đây là để tham học với vị này. Những chi tiết vừa nêu cho chúng ta thấy một bức tranh toàn cảnh của thời ấy là thiền học đang phát triển rộng khắp chứ không chỉ giới hạn trong những dòng thiền mà sách Thiền uyển tập anh ghi chép lại. Trong bối cảnh thiền học Việt Nam đang lan rộng như thế, nếu ngài Huệ Năng quả thật lưu trú ở đây 15 năm mà không tiếp xúc với bất cứ vị thiền sư nào thì có thể nói là một điều rất lạ!

Sự kiện thiền sư Thanh Biện chuyên trì tụng

kinh Kim Cang và những cái tên như Huệ Nghiêm, Pháp Hiền, Pháp Đăng có vẻ như gợi lên một mối liên hệ nào đó với ngài Huệ Năng. Chỉ riêng trong số các đệ tử đích truyền của Đại sư Huệ Năng, chúng tôi đã tìm thấy ít nhất là 6 vị mang tên có chữ pháp: Đó là các vị Pháp Chơn, Pháp Đạt, Pháp Tịnh, Pháp Hải, Pháp Trân, Pháp Như. Đàn Kinh còn cho biết thiền sư Pháp Hải là người Khúc Giang, Thiều Châu, nghĩa là cũng thuộc địa phận Lĩnh Nam thời ấy.

Những nhận xét trên vẫn còn là khá mơ hồ và có vẻ như chỉ dựa theo cảm tính, nhưng hy vọng rất có thể là một gợi ý bước đầu cho những khảo sát có tính cách chuyên sâu và cụ thể hơn.

Bây giờ, tạm gác lại vấn đề thiền học Nam tông, chúng ta hãy quay về với Đàn Kinh để xem cuộc hành trình về phương Nam của Lục Tổ Đại sư được tiếp tục như thế nào.

Khai diễn pháp môn Đông Sơn

Lục Tổ hướng về phương Nam, đến thôn Tào Hầu ở Thiều Châu ẩn mình, không ai biết ngài là bậc đạt ngộ. Khi ấy, có người nho sĩ là Lưu Chí Lược vừa gặp đã sinh lòng kính trọng, theo lễ nghi mà đãi ngộ rất hậu. Chí Lược có người cô xuất gia, hiệu là Vô Tận Tạng, thường tụng kinh Đại Niết-bàn. Lục Tổ Đại sư có lần nghe qua liền hiểu thấu nghĩa mầu nhiệm, bèn giảng thuyết cho nghe. Vị ni sư này mới lấy quyển kinh đưa ngài xem mà hỏi nghĩa chữ.

Lục Tổ Đại sư nói: "Chữ thì không biết, nhưng nghĩa xin cứ hỏi."

Ni sư ngạc nhiên nói: "Chữ còn chẳng biết, làm sao hiểu được nghĩa?"

Lục Tổ nói: "Nghĩa lý mầu nhiệm của chư Phật chẳng có quan hệ gì đến chữ viết."

Ni sư lấy làm lạ lắm, liền bảo các vị kỳ đức trong thôn rằng: "Người này quả là bậc đạt đạo, các vị nên thỉnh mà cúng dường."

Có người cháu năm đời của Ngụy Võ Hầu[1] là Tào Thúc Lương cùng với cư dân đua nhau đến lễ bái. Khi ấy, ngôi chùa cổ Bảo Lâm vì nạn binh lửa từ cuối đời Tùy đã hư đổ, người ta bèn cất lại trên nền cũ thành ngôi chùa mới, thỉnh Lục Tổ đến ở đó, không bao lâu mở mang thành một ngôi chùa lớn.

Lục Tổ Đại sư ở đó được hơn 9 tháng, lại bị những kẻ xấu tìm đến mưu hại. Ngài liền lánh vào vùng núi phía trước. Bọn ác đảng liền phóng hỏa đốt cả cỏ cây. Ngài ẩn mình trong một hòn đá mà thoát nạn. Hòn đá ấy ngày nay còn có dấu gối ngồi kiết già lõm vào[2] và những lằn áo vải của ngài, nhân đó gọi là Tỵ nạn thạch.[3]

Đại sư nhớ lại lời dặn xưa của Ngũ Tổ,[4] bèn đến

---

[1] Tức là Ngụy Vương Tào Tháo, sau khi con là Tào Phi cướp ngôi nhà Hán, truy tôn thụy hiệu là Thái Tổ Võ Hoàng đế.

[2] Sư ngồi kiết già tham thiền bên trong hòn đá mới khỏi nạn chết cháy.

[3] Tỵ nạn thạch: hòn đá tỵ nạn.

[4] "Gặp Hoài thì ngừng, gặp Hội thì ẩn."

ẩn nơi huyện Hoài Tập (Quảng Tây). Sau ít lâu lại lánh sang huyện Tứ Hội (Quảng Đông).

Trong thời gian lánh nạn nơi huyện Tứ Hội, ngài phải sống chung với một đoàn thợ săn trong rừng. Trải qua 15 năm như vậy, ngài thường tùy nghi thuyết pháp với bọn thợ săn. Bọn thợ săn sai ngài giữ lưới, mỗi khi có thú vướng vào liền lén thả ra hết. Đến bữa cơm, ngài chỉ ăn rau luộc bỏ trong nồi thịt. Hoặc có kẻ hỏi, ngài liền đáp rằng: "Chỉ ăn rau luộc bên thịt là được rồi."

Một ngày kia, ngài tự nghĩ đã đến lúc hoằng dương chánh pháp, không nên ẩn tránh nữa, liền đi ra Quảng Châu, đến chùa Pháp Tánh, gặp lúc Pháp sư Ấn Tông đang giảng kinh Niết-bàn.

Khi ấy, trong chúng có hai vị tăng đang cãi nhau về chuyện gió và phướn. Một vị nói: "Gió động", vị kia nói: "Phướn động". Bàn cãi hồi lâu không dứt, chẳng ai chịu ai. Lục Tổ vừa bước đến nghe chuyện liền nói rằng: "Chẳng phải gió động, chẳng phải phướn động, ấy là tâm các ông động."

Chúng tăng nghe lời ấy, thảy đều kinh hãi!

Pháp sư Ấn Tông liền thỉnh ngài ngồi trên, hỏi nghĩa sâu kín. Thấy ngài Huệ Năng nói lời giản dị mà lý chánh đáng, chẳng theo văn tự, Pháp sư liền nói: "Ngài chắc chắn không phải người thường! Từ lâu vẫn nghe y pháp của Tổ Hoàng Mai đã truyền về phương Nam, có phải là ngài đây chăng?"

Lục Tổ nói: "Thật không dám."[1]

Pháp sư Ấn Tông liền làm lễ, xin đưa y bát ra cho đại chúng xem. Rồi Pháp sư lại hỏi: "Ý chỉ truyền trao của ngài Hoàng Mai như thế nào?"

Lục Tổ đáp: "Trao nhận tức là không. Chỉ luận việc thấy tánh, không luận bàn thiền định giải thoát."

Ấn Tông hỏi: "Sao chẳng luận bàn thiền định giải thoát?"

Lục Tổ đáp: "Vì là pháp phân biệt đối đãi, chẳng phải pháp Phật. Pháp Phật là pháp không phân biệt đối đãi."

Pháp sư lại hỏi: "Thế nào là pháp Phật không phân biệt đối đãi?"

Lục Tổ đáp: "Pháp sư giảng kinh Niết-bàn, làm rõ Phật tánh, ấy là pháp Phật không phân biệt đối đãi. Như khi Cao Quý Đức Vương Bồ Tát hỏi Phật rằng: 'Những kẻ phạm bốn giới cấm nặng, làm năm tội nghịch và bọn nhất-xiển-đề có dứt mất thiện căn, tánh Phật hay không?' Phật đáp: 'Thiện căn có hai: một là thường, hai là vô thường. Tánh Phật chẳng phải thường, chẳng phải vô thường, nên không thể dứt mất.' Đó là không phân biệt đối đãi. Lại nữa, một là thiện, hai là bất thiện, tánh Phật chẳng phải thiện, chẳng phải bất thiện, như vậy là không phân

---

[1] Nguyên văn chữ Hán câu trả lời của ngài là: 不敢 (Bất cảm) nghĩa là thừa nhận một cách khiêm tốn.

biệt đối đãi. Các uẩn[1] và giới,[2] phàm phu thấy có phân biệt, kẻ trí hiểu rõ tánh thật không phân biệt. Tánh thật không phân biệt ấy là tánh Phật."

Ấn Tông nghe giảng giải, vui mừng chắp tay nói rằng: "Lũ chúng tôi giảng kinh dường như ngói, sỏi; còn Ngài luận nghĩa thật như vàng ròng!"

Liền đó, Pháp sư Ấn Tông cạo tóc cho Lục Tổ, rồi nguyện thờ làm thầy. Bấy giờ, Lục Tổ ở dưới cội cây Bồ-đề nơi ấy thuyết pháp, khai mở Pháp môn Đông Sơn.

Bấy giờ, Lục Tổ Đại sư lại có lời sách tấn đại chúng rằng: "Huệ Năng này đắc pháp ở Đông Sơn, từng chịu đủ mùi cay đắng, tánh mạng mong manh như sợi tơ treo. Ngày nay cùng sứ quân[3] và các quan viên, tăng, ni, đạo, tục đồng trong hội này. Nếu các vị chẳng nhờ duyên lành từ nhiều kiếp xa xưa, từng trong quá khứ cúng dường chư Phật, gieo trồng căn lành, làm sao lại được nghe nhân duyên đắc pháp Đốn giáo như ta vừa kể?"

Mùa xuân năm 677, Lục Tổ Đại sư từ giã môn nhân tăng tục, lên đường về chùa Bảo Lâm ở Tào Khê. Pháp sư Ấn Tông cùng với các vị tăng, ni, cư sĩ theo tiễn chân có tới trên ngàn người, thẳng đến tận Tào Khê. Khi ấy còn có Thông Ứng Luật sư ở Kinh Châu với khoảng vài trăm đệ tử cùng về nương theo ngài.

---

[1] Năm uẩn : sắc, thọ, tưởng, hành, thức, năm món ấy hòa hợp thành thân người.

[2] Mười tám giới : bao gồm sáu căn, sáu trần và sáu thức.

[3] Tức là quan Thứ sử Thiều Châu Vi Trụ, bản Đôn Hoàng chép là Vi Cứ.

Nam Năng Bắc Tú

Lục Tổ Đại sư lánh nạn về phương Nam từ năm Tân Dậu (661), cho đến năm Đinh Sửu (677) thì rời Thiều Châu đến chùa Bảo Lâm, Tào Khê. Tuy nhiên, nội dung những lần thuyết pháp đầu tiên của ngài tại chùa Đại Phạm (tức chùa Báo Ân) thuộc Tân Châu sau này đã được ghi chép vào Đàn Kinh thành các phẩm Hành do, Bát-nhã và Nghi vấn. Ba phẩm này mở đầu Đàn Kinh và cũng có thể xem là đã chuyển tải một phần lớn nội dung giáo pháp của ngài. Đặc biệt là chính nhờ có phẩm Hành do mà ngày nay chúng ta mới còn có được ít nhiều manh mối về thân thế, tiểu sử của ngài.

Từ chùa Bảo Lâm ở Tào Khê, các pháp hội của ngài ngày càng đông đảo, học nhân bốn phương quy tụ về mỗi ngày một nhiều hơn. Pháp thiền Đốn ngộ nhanh chóng được tiếp nhận và lan rộng, tạo ra một ảnh hưởng tương phản nhất định với giáo pháp Tiệm ngộ do Đại sư Thần Tú đang giảng dạy tại phương Bắc. Do hiện tượng này mà bắt đầu nảy sinh sự phân biệt "Nam Năng, Bắc Tú" trong Thiền tông Trung Hoa.

Như vậy, thật ra thì sự khác biệt cơ bản giữa lời dạy của hai vị đại sư này là như thế nào? Chúng tôi không có khả năng và cũng không dám lạm bàn đến những ý nghĩa thâm áo trong giáo pháp mà hai vị xiển dương, nhưng chỉ căn cứ vào những gì được chuyển tải bằng văn tự lưu truyền ở đời chúng ta cũng có thể thấy được phần nào những khác biệt rất rõ nét giữa lời dạy của hai vị.

Tuy nhiên, để có thể so sánh và nhận hiểu một cách khách quan, có lẽ trước hết chúng ta cần phải thừa nhận một thực tế là họ đã xuất phát từ những điểm chung nhất định, sau đó mới có thể dựa trên cơ sở này mà nhận ra những gì là khác biệt trong quan điểm, nhận thức cũng như phương hướng tu tập mà mỗi vị đề ra. Sở dĩ như thế là vì sự khác biệt giữa hai vị thật ra không hẳn đã có thể gọi là khác biệt, mà đúng hơn chỉ nên xem là những phương thức khác nhau để cùng đạt đến một mục đích mà thôi. Trường hợp của thiền sư Chí Thành, đệ tử ngài Thần Tú, trong pháp hội của ngài Huệ Năng mà được chứng ngộ chính là nói lên ý nghĩa này. Vì thế, nếu chỉ chú ý đến những khác biệt về văn tự trong lời dạy của hai vị thì chắc chắn sẽ không khỏi rơi vào chỗ nhận thức sai lệch, còn nếu đã nắm vững được những điểm chung trong giáo pháp của cả hai tông Nam, Bắc thì sẽ tức thời thấy ngay rằng mọi khác biệt chẳng qua cũng chỉ là những phương tiện khác nhau mà thôi.

Điểm chung thứ nhất là cả hai đều học hỏi và tu tập với Ngũ Tổ Hoằng Nhẫn. Cả hai vị chắc chắn đều là những người đã từng thao thức, trăn trở với những ưu tư của kiếp người, về sự sống chết, về những khổ đau không ai tránh khỏi, về tính chất vô thường, giả hợp của đời sống. Và họ đã tìm đến với đạo Phật như một cứu cánh để giải thoát khổ đau.

Chúng ta biết rằng Đại sư Thần Tú đã sống đời

sống xuất gia tại chùa Đông Thiền khá lâu trước khi ngài Huệ Năng tìm đến. Bởi vì vào lúc đó ngài đã là một vị giáo thọ sư đứng đầu trong số đồ chúng cả ngàn người tại ngôi chùa này. Cũng giống như tất cả những vị xuất gia chân chính khác, chắc chắn ngài luôn nung nấu trong tâm can một nguyện vọng duy nhất là đạt được sự giải thoát rốt ráo thông qua việc tinh cần tu tập giáo pháp. Cương vị mà ngài đạt đến qua sự tu tập của mình đã chứng minh cho tâm nguyện tích cực đó. Vào thời điểm trước khi viết bài kệ trình kiến giải, Đàn Kinh (bản Đôn Hoàng) ghi lại suy nghĩ của ngài như sau:

"Mọi người không ai trình tâm kệ cả, bởi vì mình là Giáo thọ sư của họ. Nếu như mình không trình tâm kệ, làm sao Ngũ Tổ có thể thẩm định được kiến giải trong tâm mình sâu cạn ra sao. Nếu mình trình tâm kệ lên Ngũ Tổ với ý định cầu làm Tổ thì là việc không tốt, bởi vì như thế thì mình cũng chẳng khác gì bọn phàm phu toan tranh đoạt thánh vị. Song nếu mình không trình kệ, mình sẽ chẳng bao giờ đắc pháp được!"

Như vậy, chúng ta thấy rõ ngài không phải là người xuất gia vì tham cầu danh lợi, mà mục đích chính là sự chứng đắc giáo pháp, hay nói cách khác là hướng đến sự giải thoát rốt ráo.

Về trường hợp của Đại sư Huệ Năng, chúng ta có thể thấy rõ ý chí tu tập qua việc ngài quyết định tìm đến Ngũ Tổ ngay sau khi được nghe và nhận hiểu phần nào ý nghĩa của kinh Kim Cang. Rõ ràng là cuộc sống thường nhật của ngài đã ngay lập tức bị xáo trộn sau khi ngài tiếp nhận một phần giáo lý được chuyển tải trong kinh Kim Cang. Đó không phải gì khác hơn mà chính là sự chỉ ra tính chất giả tạo của mọi hình tướng, dẫn đến sự giả tạo và tạm bợ của cả đời sống này. Không một bậc thức giả nào sau khi nhận hiểu được những ý nghĩa đó mà còn có thể bình thản tiếp tục cuộc sống buông xuôi. Chính sự khơi mở của kinh Kim Cang đã nhắm đúng vào những trăn trở, những suy tư tiềm ẩn trong tâm thức của ngài từ rất lâu. Và do đó ngài quyết định phải đến với Ngũ Tổ để tìm cầu một giải pháp rốt ráo cho vấn đề. Điều này được ngài đưa ra như một tuyên bố dứt khoát, rõ ràng ngay trong lần hội kiến đầu tiên với Ngũ Tổ:

"Đệ tử là dân Tân Châu, Lĩnh Nam, đường xa đến đây lễ thầy, chỉ cầu làm Phật, ngoài ra không cầu gì khác."[1]

Quyết định của ngài Huệ Năng khi ấy là một quyết định trọng đại. Ngay cả trong thời đại ngày nay, nếu đặt mình vào hoàn cảnh của ngài, chúng ta vẫn có thể cảm nhận được tính chất quyết liệt và mạnh mẽ trong một quyết định như thế.

Lớn lên trong một gia đình nghèo khó, cha mất sớm, chỉ còn lại hai mẹ con côi cút nương nhau sống đời trôi giạt, từ Tân Châu sang Nam Hải, đến nay

---

[1] Nguyên văn trong Đàn Kinh là: 弟子是嶺南新州百姓，遠來禮師，惟求作佛，不求餘物。(Đệ tử thị Lãnh Nam Tân Châu bá tánh, viễn lai lễ Sư, duy cầu tác Phật, bất cầu dư vật.)

thì mẹ già chỉ còn biết nương cậy duy nhất vào gánh củi mưu sinh hằng ngày của mình. Trong một hoàn cảnh như thế, quyết định rời khỏi mẹ già để ra đi cầu đạo là một quyết định không dễ dàng chút nào, ngay cả khi đã có được 10 lạng bạc để thu xếp cho mẹ thì cũng không phải là lý do để một người con như ngài có thể hoàn toàn yên tâm. Tuy nhiên, chắc chắn là trong cuộc đấu tranh tư tưởng giữa sự ra đi và ở lại, việc tìm cầu giải thoát đã chiếm ưu thế tuyệt đối trong lòng ngài, và ngài đã nhanh chóng đến được Hoàng Mai trong thời gian sớm nhất, không quá 30 ngày sau đó. Sự việc này làm chúng ta liên tưởng đến khi thái tử Tất-đạt-đa năm xưa lìa bỏ kinh thành Ca-tỳ-la-vệ giữa đêm khuya, lặng lẽ vượt dòng sông A-nô-ma để lên đường tìm đạo giải thoát!

Theo một tài liệu do D. T. Suzuki dẫn trong "The Zen Doctrine of No-Mind" thì Đại sư Thần Tú viên tịch năm 706 khi đã được hơn 100 tuổi. Nếu Đại sư Huệ Năng quả đúng là sinh năm 638 thì cho đến thời điểm này chỉ mới 68 tuổi. Như vậy, tuy là huynh đệ đồng sư nhưng Thần Tú hơn Huệ Năng ít nhất là 30 tuổi. Và cuộc gặp gỡ duy nhất giữa hai vị được ghi nhận chỉ là qua hai bài kệ trình kiến giải được thẩm định bởi Ngũ Tổ Hoằng Nhẫn.

Cũng theo D. T. Suzuki thì Đại sư Thần Tú theo học với Ngũ Tổ được 6 năm. Nếu Ngũ Tổ viên tịch 3 năm sau khi truyền y bát cho Lục Tổ như lời dự báo được ghi trong Đàn Kinh (bản Tông Bảo), thì vào lúc Lục Tổ đến Hoàng Mai, Đại sư Thần Tú chỉ mới theo học được 3 năm. Nhưng D. T. Suzuki căn cứ vào quyển tiểu sử ngài Huệ Năng do Đại sư Tối Trừng mang về Nhật năm 803 đã đưa ra 2 dữ kiện khác với Đàn Kinh. Thứ nhất, Ngũ Tổ Hoằng Nhẫn viên tịch ngay không bao lâu sau khi Lục Tổ rời đi về phương Nam. Thứ hai, khi Lục Tổ đến Hoàng Mai cầu pháp thì ngài đã 34 tuổi chứ không phải 24 tuổi như trong bài tựa của Đàn Kinh ghi nhận.

Về việc Ngũ Tổ viên tịch không lâu ngay sau khi truyền y bát, chúng ta thấy có tính hợp lý hơn so với thông tin là ngài viên tịch 3 năm sau đó. (Nhưng ngay cả thông tin này cũng chỉ được Đàn Kinh gián tiếp đưa ra qua lời dự báo của Ngũ Tổ chứ không hề xác nhận!)

Thứ nhất, điều này giải thích một cách hợp lý sự vội vàng của Ngũ Tổ trong việc truyền y bát. Dù sao thì Huệ Năng cũng chỉ mới đến chùa hơn 8 tháng và thậm chí còn chưa có được cơ hội nào để trực tiếp nghe pháp, trừ ra là lần giảng kinh Kim Cang ngay vào lúc truyền y bát. Nếu không vì thời điểm viên tịch đã đến gần, có lẽ Ngũ Tổ sẽ không quá vội vàng như thế! Hơn nữa, ngay cả sau khi đã truyền y bát, nếu như vẫn còn có sự che chở của ngài thì có lẽ Lục Tổ cũng không cần thiết phải gấp rút lánh về phương Nam. Chính vì biết trước sự ra đi của mình nên ngài mới gấp rút truyền y bát cũng như yêu cầu Lục Tổ phải nhanh chóng lánh về phương Nam.

Thứ hai, nếu Ngũ Tổ viên tịch ngay sau khi truyền y bát thì điều đó cũng có nghĩa là vào thời điểm này Đại sư Thần Tú đã đến tham học với ngài được 6 năm. Điều này hợp lý hơn nếu chúng ta xét đến cương vị Giáo thọ sư[1] của Đại sư Thần Tú vào lúc này cũng như bài kệ trình kiến giải mà ngài đưa ra. Hơn thế nữa, nếu sau khi truyền y bát cho Lục Tổ mà Đại sư Thần Tú vẫn còn được theo học với Ngũ Tổ 3 năm nữa (theo Đàn Kinh), thì chúng ta sẽ không thể nào hiểu được vì sao Ngũ Tổ lại không dành cho Đại sư Thần Tú một cơ hội mà lại vội vã truyền y bát ngay cho ngài Huệ Năng, bởi vì trong 3 năm tiếp tục tham học với sự dẫn dắt của ngài, vẫn có khả năng là Đại sư Thần Tú sẽ đạt ngộ!

Vì những lý do nêu trên, chúng tôi tin rằng thông tin do D. T. Suzuki trích dẫn là chính xác. Và vì thế mà cuộc hội ngộ giữa Ngũ Tổ Hoằng Nhẫn, Đại sư Thần Tú và Lục Tổ Huệ Năng qua hai bài kệ trình kiến giải là một cuộc hội ngộ duy nhất và cuối cùng - bởi không còn có thể có bất cứ một cơ hội nào khác nữa! Chỉ khi thấy được tính chất cấp thiết và duy nhất của cuộc hội ngộ này, chúng ta mới có thể cảm nhận được hết những ý nghĩa sâu xa trong sự bày tỏ kiến giải của hai vị Thần Tú và Huệ Năng cũng như trong những lời nhận xét hết sức sáng suốt của Ngũ Tổ Hoằng Nhẫn.

Điểm chung thứ hai mà chúng tôi muốn đề cập đến giữa hai vị Huệ Năng và Thần Tú là cả hai đều đã chọn con đường tu tập theo Thiền tông chứ không phải Giáo tông.

---

[1] Vị thầy thay thế Ngũ Tổ trong việc giảng dạy giáo pháp cho đồ chúng.

Cùng thời với hai vị đại sư Huệ Năng và Thần Tú, có một tên tuổi mà có lẽ tất cả chúng ta đều biết đến: đó là ngài Huyền Trang. Ngài sinh năm 603, có lẽ so với Đại sư Thần Tú không hơn kém nhau bao nhiêu về tuổi tác. Tháng 8 năm 629, ngài Huyền Trang lên đường sang Ấn Độ thỉnh kinh. Đây là một sự kiện cực kỳ quan trọng đối với sự truyền bá và chấn hưng Phật giáo thời bấy giờ.

Chúng tôi nhắc đến việc ngài Huyền Trang lên đường thỉnh kinh là muốn liên hệ một thực trạng của Phật giáo Trung Hoa thời bấy giờ. Mặc dù đạo Phật đã được truyền bá và phát triển đến một mức độ nhất định, nhưng các tông phái khác nhau thời bấy giờ đang ngày càng đi đến chỗ chống đối, mâu thuẫn nhau do những cách hiểu sai lệch, không nhất quán, và nhất là do khuynh hướng bảo thủ vốn chi phối nặng nề hầu hết những vị thượng thủ của từng tông phái. Mặt khác, do số lượng kinh điển được dịch sang chữ Hán chưa đầy đủ nên hầu hết các tông phái đều không thể hoàn thiện giáo lý của mình đến chỗ rốt ráo, viên dung. Điều này dẫn đến sự bế tắc nhất định cho hàng trí thức trên con đường tìm cầu chân lý. Những gì được các bậc thầy Trung Hoa giảng giải vào thời ấy hoàn toàn chưa đủ để mang đến cho họ một câu trả lời trọn vẹn và nhất quán về các vấn đề nhân sinh, vũ trụ cũng như trong việc nhắm đến một con đường tu tập để đạt được sự giải thoát rốt ráo.

Chính trong bối cảnh này mà vị thanh niên tăng Huyền Trang đã phải quyết định lên đường sang tận "đất Phật" để học hỏi và cầu thỉnh kinh điển. Lúc bấy giờ ngài chỉ mới vừa tròn 26 tuổi! Sự thành công của chuyến đi này cũng như sự đóng góp tích cực trong công cuộc hoằng hóa và phiên dịch kinh điển suốt một đời ngài sẽ mang lại luồng gió mới cho Phật giáo Trung Hoa, với nhiều chuyển biến tích cực cũng như tạo điều kiện thuận lợi hơn cho sự học hỏi và tu tập giáo pháp của những thế hệ tiếp theo sau đó. Tuy nhiên, đó là việc của những năm về sau. Còn bây giờ, chúng ta sẽ quay trở lại với câu chuyện về 2 vị đại sư Huệ Năng và Thần Tú của Thiền tông.

Sự bế tắc của Giáo tông như vừa nói trên là một trong những nguyên nhân thúc đẩy ngày càng có nhiều Phật tử trí thức quay sang với Thiền tông để tìm kiếm một con đường tu tập dẫn đến sự giải thoát rốt ráo. Thiền tông chắc chắn đã đáp ứng được nhu cầu này qua những chỉ dẫn tu tập thiết thực giúp hành giả đạt được những tiến bộ nhất định trong nội tâm. Con số đồ chúng hơn một ngàn người cùng tu tập tại một ngôi chùa của Ngũ Tổ vào thế kỷ 7 có lẽ cũng đủ để nói lên rất rõ nhận xét này. Cùng thời điểm đó, tại Việt Nam thì một vị thiền sư có thế thứ truyền thừa tương đương với Ngũ Tổ là Pháp Hiền cũng đang hoằng hóa tại chùa Chúng Thiện với số đồ chúng hơn 300 người! So ra ở một vùng "biên địa hạ tiện", đất rộng người thưa thì con số này rõ ràng cũng không phải là ít! Vai trò của cả hai vị đại sư Thần Tú và Huệ Năng tuy là có khác nhau nhưng cả hai đều nhất thiết phải được nhận hiểu trong bối cảnh phát triển mạnh mẽ như thế của Thiền tông.

Như vậy, tuy có thể đã tìm đến Thiền tông vào những thời điểm khác nhau, với những nhân duyên khác nhau, nhưng điểm tương đồng giữa Đại sư Thần Tú và Đại sư Huệ Năng là cả hai đều đã chọn Thiền tông để đi theo, và về sau thì cả hai cũng đều kiên định con đường này cho đến cuối đời, cho dù có phân ra Nam Bắc nhưng cũng vẫn không đi ngoài những tông chỉ của Thiền tông.

Bây giờ, chúng ta thử phân tích những khác biệt về mặt hình thức giữa hai vị đại sư Thần Tú và Huệ Năng, trước hết cũng là dựa trên cơ sở của chính những điểm tương đồng đã nêu ra giữa hai người.

Khác biệt thứ nhất giữa hai người là bối cảnh học hỏi và tu tập tại chùa Đông Thiền, dưới sự dẫn dắt của Ngũ Tổ Hoằng Nhẫn. Đại sư Thần Tú có ít nhất là 6 năm chính thức học hỏi, được trực tiếp nghe thầy giảng pháp và được thưa hỏi những chỗ pháp yếu cũng như nghi vấn. Hơn thế nữa, ngài còn có được một môi trường rèn luyện rất tốt khi đảm nhận việc giảng dạy giáo pháp cho đồ chúng. Với điều kiện này, ngài không thể không thông thạo đến mức nhuần nhuyễn hết thảy mọi vấn đề thuộc về giáo pháp.

Ngược lại, Đại sư Huệ Năng sau khi nghe hiểu một phần kinh Kim Cang qua một người khách lạ và quyết định tìm đến học hỏi với Ngũ Tổ thì đã không có được bất cứ cơ hội nào để có thể tự do trao đổi, thưa hỏi hoặc nghe thầy giảng pháp. Cuộc tiếp xúc ngắn ngủi giữa hai thầy trò không phải là một buổi thuyết pháp mà chỉ là những câu hỏi đáp có tính cách thăm dò lẫn nhau. Sau đó là khoảng thời gian hơn 8 tháng sống hầu như "cách ly" trong phạm vi nhà bếp của chùa, thậm chí không dám đi ra phía trước, huống hồ là tham dự các buổi thuyết pháp! Và thời gian học đạo của ngài kết thúc không bao lâu sau đó với một vài mẩu đối thoại ngắn khi hai thầy trò tình cờ gặp nhau nơi nhà bếp! Lần thuyết pháp đầu tiên và cũng là duy nhất, cuối cùng, là khi Ngũ Tổ giữa đêm khuya triệu ngài vào thiền thất và giảng kinh Kim Cang cho nghe. Nhưng thật ra thì Ngũ Tổ cũng đã quyết định truyền y bát cho ngài trước khi thực hiện buổi thuyết pháp chính thức này.

Như vậy, bối cảnh học hỏi và tu tập của ngài Huệ Năng không phải là thông qua việc lắng nghe những buổi thuyết pháp hay qua sự hành trì theo giáo pháp như Đại sư Thần Tú. Sự tiếp nhận giáo pháp của ngài được thực hiện qua một kênh giao tiếp hoàn toàn khác. Nhưng sự truyền trao và tiếp nhận giáo pháp là hoàn toàn có thật giữa thầy và trò. Một số người cho rằng ngài Huệ Năng nhờ có căn cơ tu tập từ nhiều kiếp trước mà đạt ngộ chứ không do sự giáo hóa của Ngũ Tổ. Nếu nhìn bề ngoài thì quả là có vẻ như thế, nhưng chúng tôi không tán thành quan điểm này, và sẽ trở lại trong một phần sau để bàn rõ hơn về phương cách giáo hóa không cần đến ngôn ngữ, văn tự của Thiền tông nói riêng, Phật giáo nói chung.

Chính những khác biệt như trên trong sự tiếp

cận và học hỏi giáo pháp cũng như sự tiếp nhận truyền thừa đã dẫn đến sự khác biệt giữa hai vị đại sư trong công cuộc hoằng hóa sau này của họ. Bằng vào kinh nghiệm tự thân của mỗi người, họ đã nỗ lực dẫn dắt đồ chúng đi theo đúng con đường mà mình đã từng đi qua. Và nếu chúng ta có thấy được điều đó thì mới có thể hiểu được sự giáo hóa của họ khác nhau như thế nào.

Sự khác biệt thứ hai giữa hai vị đại sư Thần Tú và Huệ Năng là những nền tảng mà họ đã chuẩn bị trước khi gieo trồng hạt giống thiền.

Tuy không có cứ liệu đầy đủ nhưng chúng ta có thể xác định Đại sư Thần Tú là một người vốn thuộc tầng lớp trí thức "thông kinh bác sử". Điều này về sau hiển nhiên được thể hiện rõ nét trong cách trình bày giáo pháp một cách uyên bác của ngài khi được tôn làm Quốc sư và hoằng hóa tại kinh đô, với hàng môn đồ hầu hết là những quan viên và trí thức nho sĩ cũng như những vị tăng học thức. Tuy nhiên, ngay trong thời gian tu tập ở Hoàng Mai thì sự uyên bác của ngài cũng đã được thể hiện qua vai trò dẫn dắt, đứng đầu trong số đồ chúng hơn ngàn người. Nếu không am hiểu và thuyết giảng giáo lý một cách thông suốt, chắc chắn ngài không thể được giao nhiệm vụ cao quý và khó khăn này. Hơn thế nữa, sự kính trọng của đồ chúng dành cho ngài còn thể hiện ở chỗ trong số cả ngàn người đã không ai dám nghĩ đến việc viết kệ trình kiến giải chỉ vì họ không tin là có thể vượt qua được tri thức, kiến giải của ngài.

Ngược lại, Đại sư Huệ Năng lại là một người hoàn toàn không biết chữ! Điều này cũng dễ hiểu, khi chúng ta nhớ lại thân thế của ngài. Sinh trưởng nơi một vùng đất xa xôi, trong một gia đình côi cút, nghèo khó, ngài không thể có điều kiện để học hành dù chỉ là đôi chút. Vào những năm ngài sinh ra và lớn lên, nghĩa là nửa đầu thế kỷ 7, Việt Nam hoàn toàn nằm dưới sự thống trị của quan lại Trung Hoa, và việc học hành của dân nghèo chưa bao giờ là sự quan tâm của chính quyền đô hộ. Ngay cả môi trường giao tiếp của ngài trong xã hội lúc bấy giờ chắc chắn cũng là vô cùng hạn chế, không mấy khi được tiếp xúc, trao đổi với những người thuộc tầng lớp trí thức hay quan lại.

Ngay cả khả năng giao tiếp bằng ngôn ngữ của Đại sư Huệ Năng cũng có sự hạn chế. Đàn Kinh ghi lại lời ngài nói với Ngũ Tổ cho thấy điều này:

"Huệ Năng sanh nơi biên địa, giọng nói không chuẩn, được nhờ thầy truyền pháp..."[1]

Điều này hoàn toàn có thể hiểu được. Bởi vì ngài sinh trưởng tại Việt Nam nên tiếng nói của người Trung Hoa đối với ngài thực sự là một ngoại ngữ. Cho dù ngoại ngữ ấy được phổ biến nhiều do nó là thứ tiếng nói của dân tộc cầm quyền, thì nó cũng vẫn là một ngoại ngữ, vẫn ít nhiều gây khó khăn cho ngài trong sự giao tiếp như chính ngài đã thừa nhận.

---

[1] Nguyên văn chữ Hán trong Đàn Kinh: 惠能生在邊方，語音不正，蒙師傳法 。(Huệ Năng sanh tại biên phương, ngữ âm bất chánh, mông Sư truyền pháp...)

Như vậy, Đại sư Huệ Năng đã tìm đến Ngũ Tổ với một vốn liếng ngôn ngữ cực kỳ nghèo nàn về cả hai phương diện, ngôn ngữ nói và ngôn ngữ viết. Kèm theo đó là kiến thức về kinh điển, giáo pháp hầu như cũng không có gì, ngoài vài ba câu kinh Kim Cang chỉ mới vừa có dịp nghe lóm qua sự tụng đọc của người khác. Theo những gì chúng ta được biết cho đến nay thì rõ ràng là trước đó ngài chưa từng có cơ hội tiếp cận với bất cứ kinh điển nào khác, cũng như chưa từng được học hỏi Phật pháp dưới bất cứ hình thức nào.

Chính những khác biệt như vừa trình bày trên giữa hai vị đại sư đã góp phần quan trọng tạo ra sự khác biệt trong công cuộc hoằng hóa của họ về sau này.

Nhưng những gì chúng ta vừa phân tích chỉ là những sự khác biệt hiển nhiên có thể nhận thấy từ bên ngoài, nghĩa là chiều nổi biểu lộ ra qua những chi tiết, dữ kiện hoàn toàn có thể mô tả, diễn đạt được một cách cụ thể về mỗi người. Những phân tích sâu hơn sẽ tiếp tục dẫn chúng ta đến những khác biệt có tính chất sâu xa, tiềm ẩn hơn nữa, nhưng đồng thời cũng là trừu tượng, rất khó mô tả và nắm bắt cụ thể. Những khác biệt loại này sẽ được tìm thấy chính trong hai bài kệ trình kiến giải của hai vị, thông qua những nhận xét bằng lời nói cũng như bằng hành động của Ngũ Tổ, và cuối cùng là qua việc đối chiếu một vài ghi chép về giáo pháp mà hai vị đã truyền dạy.

Trước hết, chúng ta hãy đọc lại bài kệ trình kiến giải của Đại sư Thần Tú. Nguyên văn bài kệ như sau:

身是菩提樹，
心如明鏡臺。
時時勤拂拭，
勿使惹塵埃。

Thân thị Bồ-đề thụ,
Tâm như minh kính đài.
Thời thời cần phất thức,
Vật sử nhạ trần ai.

Tạm dịch:

Thân là cây Bồ-đề,
Tâm như đài gương sáng.
Thường siêng lau, siêng rửa,
Chớ để bám bụi nhơ.

Bài kệ có thể tạm chia làm hai vế. Vế thứ nhất gồm 2 câu đầu, đưa ra nhận thức của Đại sư về thân tâm, cũng có nghĩa là về sự hiện hữu. Vế thứ hai gồm 2 câu cuối trình bày quan điểm về sự tu tập, hành trì, cũng có nghĩa là con đường hướng đến sự giải thoát.

Khi so sánh "thân là cây Bồ-đề, tâm như đài gương sáng", Đại sư Thần Tú đã nêu lên quan điểm về "tánh giác ngộ vốn sẵn có nơi thân tâm" (Bồ-đề, gương sáng), hay nói khác đi chính là ý nghĩa "tất cả chúng sinh đều sẵn có tánh Phật". Người học Phật khi đạt đến nhận thức và niềm tin như thế này về sự hiện hữu là đã vượt qua được một chặng đường rất dài, xoá bỏ được những nhận thức sai lầm như biên kiến, đoạn kiến hoặc thường kiến. Bởi vì nếu bị rơi vào một trong các tà kiến đó, hành giả sẽ không bao giờ có thể nhận ra và tin chắc được vào bản tánh giác ngộ vốn sẵn có nơi tất cả chúng sinh.

Về phương thức tu tập được nêu ra trong phần sau của bài kệ, Đại sư Thần Tú quan niệm rằng tánh giác ngộ tuy sẵn có nơi mỗi chúng ta nhưng tự nó không thể hiển bày nếu không có sự chuyên cần tu tập. Do đó, ngài đã so sánh tâm địa như một tấm gương sáng, nhưng nếu muốn phản chiếu được hình ảnh thì cần phải được thường xuyên lau chùi, làm sạch. Nếu không được như vậy, cho dù là gương sáng cũng không thể hiển bày, phát huy tính chất của nó, bởi vì những lớp bụi nhơ sẽ bám đầy trên bề mặt và làm cho tấm gương ấy không còn có khả năng phản chiếu hình ảnh!

"Bụi nhơ" ở đây chỉ cho hết thảy tập khí vô minh phiền não. Do đó, ngài cho rằng nếu có thể trừ sạch được hết thảy tập khí vô minh phiền não thì tánh giác ngộ của mỗi chúng ta sẽ tự nhiên toả sáng.

Tuy nhiên, Đại sư Thần Tú quan niệm rằng việc trừ bỏ tập khí vô minh phiền não không phải là một công việc nhất thời hoặc "một lần cho mãi mãi", mà phải là một công việc kiên trì, đòi hỏi sự chuyên cần, tinh tấn. Do đó mà ngài đã tóm lược chỗ tinh yếu của phương thức tu tập qua hai câu kệ "Thường siêng lau, siêng rửa; chớ để bám bụi nhơ."

Về mặt nội dung, chúng ta có thể thấy rõ là bài kệ ngắn của Đại sư Thần Tú quả thật đã tóm gọn được một phần cực kỳ tinh yếu của giáo lý đạo Phật. Hơn thế nữa, song song với sự tóm gọn giáo lý ở đây là một chỉ dẫn, một phương thức hết sức thiết thực giúp người tu tập có thể hướng đến sự giác ngộ. Không có điều gì có thể gọi là sai lầm trong bài kệ hoàn hảo này, và bất cứ ai khi nắm hiểu được trọn vẹn nội dung bài kệ sẽ có thể dễ dàng tiếp cận được với giáo lý giải thoát của đạo Phật.

Về mặt hình thức, có thể nói bài kệ đã đạt đến một trình độ nghệ thuật rất cao trong việc sử dụng ngôn ngữ và hình ảnh. Tính khái quát và liên tưởng của những so sánh được dùng trong bài kệ đã giúp chuyển tải được một lượng thông tin và ý nghĩa đạt đến mức tối ưu. Nhờ đó mà chỉ vỏn vẹn trong bốn câu thơ ngắn ngủi đã có thể trình bày được một vấn đề cực kỳ rộng lớn và phức tạp. Hơn thế nữa, cấu trúc của bài kệ có thể nói là hết sức chặt chẽ và hợp lý, giúp người đọc có thể dễ dàng nhận ra ngay những phạm trù khác nhau mà người viết muốn đề cập đến. Vì thế, chúng ta không lấy làm ngạc nhiên khi nhận ra một thực tế là những hình ảnh của bài kệ này đã đi sâu vào văn chương Thiền tông. Rải rác đó đây trong rất nhiều thi kệ của các thiền sư đời sau chúng ta thường xuyên bắt gặp những "cây Bồ-đề" và "đài gương sáng" của Đại sư Thần Tú, chưa nói đến những ảnh hưởng khó thấy hơn như là cách nói so sánh, ví dụ để diễn đạt những vấn đề trừu tượng.

Sự điêu luyện về cả nội dung lẫn hình thức của bài kệ trên có thể xem là một kết quả tất nhiên nếu chúng ta xét đến tri thức uyên bác của một vị giáo thọ sư cùng với ý chí tinh cần học đạo của ngài, như chúng tôi đã có dịp đề cập đến. Hay nói theo một cách khác, đây không chỉ đơn thuần là một sự sáng tạo ngôn ngữ, nghệ thuật mà còn là một sự toả chiếu từ nội tâm, một sự hiển bày những kinh nghiệm tu tập của chính bản thân người viết.

Nếu chúng ta không nhận hiểu được đầy đủ về tính chất ưu việt của bài kệ này, chúng ta cũng sẽ hoàn toàn không thể hiểu được sự khen ngợi và nhận xét của Ngũ Tổ về bài kệ. Đàn Kinh cho biết là sau khi đọc thấy bài kệ được viết trên vách tường, Ngũ Tổ đã quyết định huỷ bỏ việc vẽ những bức tranh minh hoạ kinh Lăng-già và đồ biểu truyền thừa của 5 vị Tổ Thiền tông trên vách tường phía nam, bởi vì ngài cho rằng bài kệ này có giá trị hơn hết thảy những hình vẽ đó. Ngài nói:

"Chỉ cần lưu lại bài kệ này cho người đời sau trì tụng. Y theo kệ này tu khỏi đọa nẻo ác, y theo kệ này tu được lợi ích lớn!"

Rồi ngài sai môn đồ thắp hương lễ kính trước bài kệ, khuyên bảo tất cả mọi người nên tụng đọc bài kệ này.

Điều này quả thật rất đáng cho chúng ta suy nghĩ. Thử hỏi trong lịch sử Thiền tông xưa nay đã có mấy bài kệ được một vị Tổ sư khuyên người thắp hương lễ kính?

Nếu không nhận hiểu được tính chất siêu việt của bài kệ này, chúng ta sẽ dễ dàng đâm ra hoài nghi về thái độ khen ngợi, thậm chí là cung kính của Ngũ Tổ đối với bài kệ. Vì thế mà có người đã quay sang ngờ vực, suy diễn rằng Ngũ Tổ khen ngợi như thế là có dụng ý "đánh lừa" để cho Đại sư Thần Tú "xuất đầu lộ diện", đứng ra nhận mình là tác giả của bài kệ! Cách nghĩ này thật quá sai lầm, vì rõ ràng là lấy tâm niệm phàm phu để đo lường và nhận hiểu về một bậc Tổ sư đã chứng ngộ!

Sự khen ngợi của Ngũ Tổ là hết sức chân thật và sáng suốt. Và chúng ta hoàn toàn có thể hiểu được lý do của sự khen ngợi ấy nếu ta chịu để tâm phân tích, tìm hiểu và thực hành những gì được nêu lên trong bài kệ của Đại sư Thần Tú.

Tạm gác lại bài kệ của Đại sư Thần Tú, bây giờ chúng ta hãy cùng đọc lại bài kệ của Đại sư Huệ Năng. Nguyên văn như sau:

菩提本無樹，
明鏡亦非臺。
本來無一物，
何處惹塵埃。

Bồ-đề bản vô thụ,
Minh kính diệc phi đài.
Bản lai vô nhất vật,
Hà xứ nhạ trần ai?

Bài kệ này thực ra không hẳn là một bài kệ trình kiến giải hoàn chỉnh, xét trong ý nghĩa là tự nó không nhằm trình bày tóm lược một phần tinh yếu của giáo lý cũng như phương thức tu tập. Tuy nhiên, điều đó có nguyên do từ bối cảnh xuất phát của nó.

Chúng ta nên lưu ý là ngài Huệ Năng trước đó không biết gì về yêu cầu viết kệ trình kiến giải của Ngũ Tổ. Chỉ khi nghe một chú tiểu đọc bài kệ của Đại sư Thần Tú thì ngài mới xin được đến xem. Như vậy, ngài không hề có ý định viết kệ trình kiến giải như Đại sư Thần Tú.

Sau khi nghe đọc bài kệ của Đại sư Thần Tú, ngài chắc chắn đã hiểu thấu đáo ngay những gì Đại sư Thần Tú muốn trình bày qua bài kệ, và cũng lập tức so sánh ngay với kinh nghiệm nội tâm của chính mình để nhận ra chỗ giới hạn trong bài kệ của Đại sư Thần Tú. Vì thế, ngài mới nghĩ ra một bài kệ và nhờ người viết giúp lên vách tường.

Như vậy, về mặt nội dung thì bài kệ của Đại sư Huệ Năng mang tính chất của một mẩu đối thoại trực tiếp với bài kệ của Đại sư Thần Tú, chứ không phải là một bài kệ độc lập trình kiến giải. Vì thế, nếu tách ra khỏi bối cảnh này, bài kệ của ngài Huệ Năng thật ra không có khả năng giúp ích gì nhiều cho người tu tập. Bởi vì nó vốn được viết ra nhắm thẳng vào chỗ kiến giải của Đại sư Thần Tú chứ không nhắm đến tất cả mọi người, cũng như nó chỉ nhằm chỉ ra chỗ giới hạn trong bài kệ trước, còn tự thân nó không nhằm truyền đạt một phần giáo lý hay phương thức tu tập nào.

Về mặt hình thức, chúng ta càng dễ thấy rõ hơn tính chất đối thoại giữa hai bài kệ. Ngài Huệ Năng hầu như đã sử dụng lại hoàn toàn những yếu tố hình ảnh, ngôn ngữ trong bài kệ của ngài Thần Tú, và chỉ thay vào đó những từ ngữ then chốt nhằm nói lên nhận xét, kinh nghiệm tự thân của mình. Hay nói một cách khác, không có yếu tố sáng tạo ngôn ngữ, nghệ thuật ở đây, mà chỉ đơn thuần là một sự trao đổi nhận thức, kinh nghiệm tâm linh mà thôi.

Chúng ta có thể nói rằng bài kệ của ngài Huệ Năng không viết ra cho tất cả mọi người, mà chỉ dành riêng cho 2 người trong cuộc: Đại sư Thần Tú và Ngũ Tổ Hoằng Nhẫn.

Đây chính là lý do vì sao Ngũ Tổ ngay sau khi xem xong bài kệ của ngài Huệ Năng đã cởi ngay chiếc dép đang đi trong chân chà lên vách để xoá sạch đi. Đại sư Thần Tú qua mẩu đối thoại này có nhận ra được chỗ giới hạn của mình hay không thì chúng ta không biết, nhưng Ngũ Tổ đã hoàn toàn sáng suốt khi xoá bỏ ngay bài kệ này mà không khuyến khích môn nhân tụng đọc như bài kệ của Đại sư Thần Tú.

Đây cũng chính là lý do giải thích vì sao trong suốt quyển Đàn Kinh không có chỗ nào khác nhắc lại bài kệ này. Nó chỉ được viết ra cho một lần duy nhất, trong một bối cảnh duy nhất, nên hoàn toàn không thích hợp cho việc minh hoạ hay chuyển tải giáo lý trong mọi trường hợp khác. Điều này rõ ràng không giống với tính chất chung của những bài thi kệ truyền pháp, bao giờ cũng tóm gọn được một khía cạnh tinh yếu nào đó trong giáo lý cũng như phương thức tu tập.

Nói cách khác, chỉ khi nào hiểu được trọn vẹn bài kệ của Đại sư Thần Tú thì chúng ta mới có thể cảm nhận được ý nghĩa bài kệ của Đại sư Huệ Năng. Và chỉ khi nào cảm nhận được hết ý nghĩa trong bài kệ của Đại sư Huệ Năng thì chúng ta mới thấy được chỗ giới hạn trong bài kệ của Đại sư Thần Tú. Không ít người vì không thấy được những mối tương quan này nên chỉ dựa theo lời nhận xét của Ngũ Tổ rồi vội vàng phê phán bài kệ của ngài Thần Tú là kém cỏi, là "chưa thấy tánh". Những nhận xét như thế nếu không nói là hồ đồ thì cũng có thể gọi là hoàn toàn thiếu sáng suốt.

Như vậy, đâu là giới hạn trong bài kệ của Đại sư Thần Tú? Ngũ Tổ Hoằng Nhẫn đã mô tả điều này rất cụ thể trong lời nhận xét của ngài được nói trực tiếp với Đại sư Thần Tú: "Ông làm kệ này chưa thấy được bản tánh, chỉ đến ngoài cửa, chưa vào được trong. Như đem chỗ hiểu biết ấy mà cầu đạo Vô thượng Bồ-đề thì quyết chẳng thể được."[1]

Như vậy, phần giáo lý tinh yếu và phương thức tu tập mà Đại sư Thần Tú nêu lên trong bài kệ của ngài

---

[1] Nguyên văn trong Đàn Kinh (bản Tông Bảo) như sau: 汝作此偈，未見本性。只到門外，未入門內。如此見解，覓無上菩提，了不可得。(Nhữ tác thử kệ, vị kiến bản tánh. Chỉ đáo môn ngoại, vị nhập môn nội. Như thử kiến giải, mịch Vô thượng Bồ-đề, liễu bất khả đắc.)

là hoàn toàn chính xác, thiết thực đối với người tu tập. Tuy nhiên, theo Ngũ Tổ thì chỗ giới hạn ở đây là "chỉ đến ngoài cửa, chưa vào được trong". Và vì "chưa vào được trong" nên chưa thể xem là rốt ráo, trọn vẹn. Và vì chưa rốt ráo, trọn vẹn nên không thể dẫn đến cảnh giới giải thoát rốt ráo, Vô thượng Bồ-đề.

Tuy nhiên, một thực tế không thể phủ nhận đối với tất cả những người tu tập là không thể "vào trong" nếu chưa "đến được ngoài cửa"! Đây chính là lý do giải thích việc Ngũ Tổ hết lời khen ngợi và khuyến khích môn nhân thắp hương lễ kính, tụng đọc bài kệ của Đại sư Thần Tú. Bởi vì tất cả đều đang rất cần "đến được ngoài cửa" trước khi có thể "vào trong". Ngược lại, nếu không chỉ cho họ phương thức tu tập để "đến được ngoài cửa" mà lại khuyến khích họ "vào trong" thì chắc chắn sẽ không đạt được kết quả gì!

Câu chuyện sau đây về thiền sư Chí Thành được ghi lại trong phân đoạn thứ 40 của Đàn Kinh (bản Đôn Hoàng) có thể xem là một ví dụ minh hoạ rõ nét cho nhận xét này:

"Thiền sư Thần Tú thường nghe người ta nói về giáo lý đốn ngộ và pháp trực chỉ của Huệ Năng. Thiền sư Thần Tú bèn gọi một vị tăng đệ tử là Chí Thành, rồi nói: 'Ông vốn thông minh, học rộng biết nhiều, hãy vì ta đến núi Tào Khê, bái lạy Huệ Năng rồi lắng nghe thuyết pháp. Đừng nói là ta sai ông đến. Chỉ lắng nghe những giáo lý cốt yếu của ngài, ghi nhớ lấy rồi trở về đây nói lại cho ta nghe, để ta xem kiến giải của Huệ Năng so với ta ai mau ai chậm...

"Chí Thành vâng lời ra đi, trong vòng nửa tháng đến được Tào Khê, bái lạy Huệ Năng rồi lắng nghe thuyết pháp, không nói mình từ đâu đến cả.

"Chí Thành nghe thuyết pháp rồi lập tức giác ngộ, khế hợp bổn tâm, bèn đứng dậy vái lạy, thưa rằng: 'Bạch Hòa thượng, đệ tử từ chùa Ngọc Tuyền đến đây. Lúc còn học với thầy là Thần Tú chẳng được khế ngộ, nay nghe Hòa thượng thuyết pháp, liền giác ngộ được bổn tâm. Cúi xin Hòa thượng từ bi chỉ dạy thêm cho đệ tử.'

"Đại sư Huệ Năng nói: 'Ông từ nơi ấy đến, hẳn có ý gian.'

"Chí Thành thưa: "Không phải."

"Đại sư hỏi: 'Tại sao không phải?'

"Chí Thành thưa: 'Lúc chưa nói ra thì đúng là có ý gian, nhưng đã thưa thật với Hòa thượng rồi thì không còn có ý gian nữa.'

"Đại sư nói: 'Phiền não tức Bồ đề, ý nghĩa cũng là như thế.'..."

Thiền sư Chí Thành trong khi theo học với Đại sư Thần Tú rõ ràng đã được đưa đến "ngoài cửa". Vì thế nên khi vừa nghe Đại sư Huệ Năng thuyết pháp thì ngài đã ngay lập tức có thể bước "vào trong". Nếu không được dẫn dắt đến "ngoài cửa" từ trước, liệu ngài có thể dễ dàng để bước "vào trong" như thế được chăng?

Trở lại với lần hội ngộ kỳ thú giữa 2 vị đại sư và

Ngũ Tổ Hoằng Nhẫn, chúng ta thấy Đại sư Thần Tú đã đóng vai trò trung tâm của cuộc hội thoại này. Chính bài kệ của ngài - trình bày một cách ngắn gọn nhưng sâu sắc giáo pháp Tiệm tu mà sau này được ngài hoằng hóa ở phương Bắc - đã tạo điều kiện để Đại sư Huệ Năng hiển bày tuệ giác vô tướng - phần giáo lý cốt lõi của kinh Kim Cang mà ngài vừa trực nhận. Và chính qua cuộc đối thoại giữa hai vị đại sư bằng hai bài kệ mà Ngũ Tổ nhìn thấu được chỗ thấy biết, kinh nghiệm thực chứng của mỗi vị để có thể đưa ra quyết định trọng đại về việc chọn người nối pháp.

Đại sư Huệ Năng về sau đã bằng vào kinh nghiệm thực chứng của chính mình để xiển dương giáo pháp Đốn ngộ ở phương Nam, mang lại một luồng sinh khí mới cho Thiền tông và khởi đầu cho giai đoạn "trăm hoa đua nở" với các vị thiền sư chứng ngộ về sau đã chia nhau đi khắp nước Trung Hoa để hoằng truyền yếu chỉ Thiền tông.

Tóm lại, những khác biệt từ môi trường tu tập cho đến những điều kiện chuẩn bị trước khi bước vào Thiền học, hay nói sâu xa hơn nữa theo thuật ngữ Thiền tông là sự khác biệt về căn cơ của mỗi người, cuối cùng đã dẫn đến những khác biệt giữa Đốn giáo Nam tông và Tiệm giáo Bắc tông. Chúng ta sẽ tiếp tục bàn đến chủ đề này trong một phần sau nữa. Còn bây giờ, hãy quay lại với Đàn Kinh để xem công cuộc hoằng pháp của Đại sư Huệ Năng đã được thực hiện tại phương Nam như thế nào.

Tào Khê chánh giáo

Đại sư trụ tại núi Tào Khê, giáo hóa đồ chúng, nhân dân ở khắp hai vùng Thiều Châu và Quảng Châu trong hơn bốn mươi năm. Số đệ tử xuất gia và tại gia lên đến hơn ba ngàn người, thậm chí có khi lên đến hơn năm ngàn, nhưng trong thực tế còn nhiều hơn cả những con số mà người ta tính đếm được. Về tông chỉ thì chỉ duy nhất lấy một quyển Đàn kinh này để truyền thọ, xem là chỗ pháp yếu căn bản. Nếu ai chưa được truyền thọ Đàn kinh, xem như chưa hiểu được giáo pháp của Tổ sư. Khi truyền thọ Đàn kinh, cần phải xác định rõ nơi chốn, ngày tháng và tên tuổi của người được truyền thọ. Những ai chưa được truyền thọ Đàn kinh thì chưa được xem là đệ tử của Nam tông.

Những người chưa được truyền thọ Đàn kinh thì dù có thuyết giảng được pháp Đốn ngộ nhưng vẫn là chưa hiểu được giáo lý căn bản, nên cuối cùng khó tránh khỏi rơi vào vòng tranh cãi. Những người đã được truyền thọ Đàn kinh rồi thì chỉ chuyên cần tu tập, chẳng rơi vào tranh cãi. Vì sự tranh cãi biểu lộ tâm hơn thua, trái ngược với đạo.

THIỀN SƯ PHÁP HẢI

Thiền sư Pháp Hải người ở Khúc Giang, Thiều Châu, lần đầu đến tham bái Lục Tổ Đại sư, thưa hỏi rằng:

"Thế nào là nghĩa 'tức tâm tức Phật', xin Hoà thượng từ bi chỉ dạy."

Lục Tổ Đại sư đáp: "Niệm trước chẳng sanh là tâm, niệm sau chẳng diệt là Phật.[1] Thành tựu hết thảy các tướng là tâm, lìa hết thảy các tướng là Phật. Nếu nói ra cho đủ, trọn kiếp cũng không hết được. Hãy nghe bài kệ này:

Tức Tâm là tuệ,

Tức Phật ấy định.

Định, tuệ cùng trì,

Ý được thanh tịnh.

Ngộ Pháp môn này,

Do tập tánh ông.

Dụng vốn không sanh.

Song tu[2] là đúng.

Pháp Hải nghe xong bừng ngộ, đọc kệ tán thán rằng:

Tức tâm nguyên là Phật,

Chẳng ngộ mà tự khuất.

Hiểu ra nhờ định tuệ,

Song tu lìa muôn vật.

THIỀN SƯ PHÁP ĐẠT

Thiền sư Pháp Đạt người Hồng Châu, xuất gia từ năm lên bảy, thường tụng kinh Pháp Hoa. Khi đến lễ bái Lục Tổ Đại sư, đầu chẳng sát đất. Đại sư quở rằng:

---

[1] Niệm trước tức là niệm đã qua, niệm sau là niệm chưa đến.

[2] Nghĩa là đồng thời tu cả hai pháp định và tuệ.

"Lễ bái mà đầu không sát đất, chi bằng đừng lễ. Trong tâm ông hẳn có điều gì chất chứa, nói ra thử xem?"

Pháp Đạt thưa rằng: "Tôi thường tụng niệm kinh Pháp Hoa, đã được tới ba ngàn lần!"

Lục Tổ Đại sư nói: "Nếu ông tụng niệm đến muôn lần, hiểu được ý kinh nhưng chẳng cho đó là hơn người, thì cùng đi một đường với ta. Nay ông lại ỷ vào việc tụng kinh nên chẳng biết lỗi,[1] hãy nghe bài kệ này:

Lễ vốn diệt kiêu mạn,

Sao đầu chẳng sát đất?

Chấp ngã, tội liền sanh,

Quên công, phước cao ngất.

Lục Tổ Đại sư bấy giờ mới hỏi: "Ông tên chi?" Thưa: "Pháp Đạt." Đại sư nói: "Ông tên Pháp Đạt nhưng đã đạt pháp bao giờ đâu?" Rồi Đại sư thuyết kệ rằng:

Ông nay tên Pháp Đạt,

Siêng tụng chưa ngừng nghỉ.

Chỉ theo âm thanh tụng,

Tâm sáng mới Bồ Tát!

Ông nay thật có duyên,

Ta vì ông giảng thuyết:

---

[1] Đại sư biết trong lòng Pháp Đạt có chút tự mãn, cho rằng mình tụng kinh Pháp Hoa đã nhiều như thế, có thể xem là công hạnh lớn lao.

Chỉ tin Phật không nói,[1]
Hoa sen từ miệng nở.

Pháp Đạt nghe kệ, hối lỗi thưa rằng: "Từ nay về sau xin khiêm cung với tất cả. Đệ tử này tụng kinh Pháp Hoa nhưng chưa hiểu nghĩa kinh, lòng thường có chỗ nghi. Hòa thượng trí tuệ quảng đại, xin vì con lược thuyết nghĩa lý trong kinh."

Lục Tổ Đại sư nói: "Pháp Đạt! Pháp tự nhiên thông đạt, chỉ do tâm ông chẳng đạt. Kinh vốn không nghi, tâm ông tự nghi. Ông tụng niệm kinh này, lấy gì làm tông chỉ?"

Pháp Đạt thưa : "Đệ tử này căn tánh tối tăm ngu dốt, xưa nay chỉ y theo kinh văn mà tụng niệm, chưa từng nắm biết được tông chỉ của kinh."

Lục Tổ Đại sư nói: "Ta không biết chữ, nay ông cứ tụng qua một lần, ta sẽ giảng giải nghĩa kinh cho nghe."

Pháp Đạt liền lớn tiếng tụng kinh. Đến phẩm Thí Dụ, Đại sư bảo: "Thôi, không cần tụng nữa. Kinh này vốn lấy nhân duyên xuất thế làm tông chỉ. Dù thuyết giảng bao nhiêu thí dụ cũng không ra ngoài tông chỉ ấy.

"Thế nào là nhân duyên? Kinh nói : "Chư Phật Thế Tôn chỉ vì nhân duyên một việc quan trọng mà xuất hiện ở đời." Một việc quan trọng, đó là tri kiến Phật. Người đời bên ngoài mê chấp vướng mắc nơi

---

[1] Đức Phật vì muốn phá sự cố chấp nơi kinh văn nên có nói: "Ta trong 49 năm nay chưa từng nói một lời."

tướng, bên trong mê chấp vướng mắc lẽ không. Nếu có thể ở nơi tướng lìa được tướng, ở nơi không lìa được không, tức là trong ngoài chẳng mê. Nếu ngộ pháp ấy, trong một niệm tâm liền khai mở. Đó là khai mở tri kiến Phật.

"Phật nghĩa là giác, phân ra thành bốn môn: khai mở tri kiến giác, chỉ rõ tri kiến giác, nhận biết tri kiến giác, và nhập vào tri kiến giác.

"Nếu nghe lời khai mở, chỉ rõ, liền được nhận biết, nhập vào, chính là tri kiến Phật. Chân tánh xưa nay liền được hiển hiện. Ông phải cẩn thận đừng hiểu sai ý kinh. Chớ nghe giảng những cách khai mở, chỉ rõ, nhận biết, nhập vào như thế mà cho đó chỉ là tri kiến của Phật, còn mình không có phần.

"Nếu hiểu như vậy tức là báng bổ kinh, chê bai Phật. Nếu đã là Phật, có đủ tri kiến cần gì khai mở? Ông nên tin rằng tri kiến Phật chỉ là tự tâm của ông, không có Phật nào khác nữa. Chỉ vì hết thảy chúng sanh tự mình che khuất sự sáng suốt, tham đắm cảnh trần, gặp duyên bên ngoài thì trong tâm rối loạn, cam chịu sự xô đẩy trôi lăn, mới phải nhọc công đức Thế Tôn từ chánh định khởi lên, dùng không biết bao nhiêu phương tiện dẫn dụ giải thuyết mà khuyên bảo cho tự lắng dịu đi. Chỉ cần dừng lại không cầu tìm ở bên ngoài, tự nhiên đồng với Phật. Cho nên gọi là khai mở tri kiến Phật. Ta cũng khuyên hết thảy mọi người, tự trong tâm mình thường khai mở tri kiến Phật.

"Người đời tâm tà, ngu mê tạo tội; miệng lành, tâm dữ, tham giận, ganh ghét, tà vạy, cao ngạo, hại người tổn vật, tự khai mở tri kiến chúng sanh. Nếu biết chánh tâm, thường sanh trí tuệ, quán xét tự tâm, lìa bỏ việc ác, làm các việc lành, ấy là tự mình khai mở tri kiến Phật.

"Ông nên mỗi niệm thường khai mở tri kiến Phật, đừng khai mở tri kiến chúng sanh. Khai mở tri kiến Phật tức là xuất thế. Khai mở tri kiến chúng sanh tức là thế gian. Nếu ông chỉ khổ công theo việc tụng niệm kinh, lấy riêng đó làm chỗ công phu, có khác chi loài trâu mao quý cái đuôi mình?"[1]

Pháp Đạt thưa hỏi: "Nếu vậy thì chỉ cần hiểu nghĩa, chẳng cần tụng kinh hay sao?"

Lục Tổ Đại sư nói: "Kinh có lỗi gì mà ngăn cản ông tụng niệm? Chỉ là mê hay ngộ, lợi hay hại đều do nơi ông. Miệng tụng, tâm thực hành, tức chuyển được kinh. Miệng tụng, tâm chẳng thực hành, tức là bị kinh chuyển. Hãy nghe bài kệ này:

Tâm mê, Pháp Hoa chuyển;
Tâm ngộ, chuyển Pháp Hoa.
Tụng kinh lâu chẳng rõ,[2]
Với nghĩa thành oan gia.

---

[1] Trâu mao là loài trâu có đuôi rất dài và đẹp, xưa thường dùng để làm ngù cờ. Nếu người trì tụng kinh điển rồi tự cho đó là công hạnh lớn lao của mình thì cũng không khác gì loài trâu ấy tự yêu quý cái đuôi của mình, thật vô lý.

[2] Chẳng rõ diệu lý, ý chỉ trong kinh, nên thực hành trái với nghĩa kinh.

Không niệm, niệm là chánh,[1]
Có niệm, niệm thành tà.
Có, không đều quên sạch,
Trâu trắng cưỡi chơi xa.[2]

Pháp Đạt nghe kệ bừng ngộ, bất giác ứa lệ vui mừng, thưa với Đại sư rằng:

"Pháp Đạt này từ trước đến nay thật chưa từng chuyển được kinh Pháp Hoa, chỉ bị kinh Pháp Hoa chuyển."

Lại hỏi rằng: "Trong kinh nói: 'Các vị đại Thanh văn cho đến chư vị Bồ Tát dẫu có tận lực cùng nhau suy nghĩ cũng chẳng đo lường nổi trí tuệ của Phật.'[3] Nay dạy cho phàm phu chỉ cần tỉnh ngộ tự tâm, liền gọi là tri kiến Phật; tự mình chẳng phải bậc thượng căn, sợ chưa khỏi tội hoài nghi, báng bổ? Lại nữa, trong kinh nói đến ba thứ xe: xe dê, xe nai, xe trâu, với xe trâu trắng phân biệt khác nhau thế nào? Xin Hòa thượng chỉ dạy thêm cho."

Đại sư dạy rằng: "Ý kinh vẫn rõ, chỉ tự ông mê cho nên trái đi. Người trong ba thừa chẳng lường được Phật trí, là vì dùng trí để suy lường. Cho dù có tận lực cùng nhau mà suy lường, lại chỉ càng thêm xa cách.

---

[1] Lấy tâm vô niệm, vô tác mà niệm kinh, đó là chánh tâm niệm Kinh.
[2] Xe kéo bằng con trâu trắng (bạch ngưu xa), là ví dụ trong kinh Pháp Hoa dùng chỉ cho Phật thừa hay Nhất thừa, vì là tốt đẹp, lộng lẫy hơn ba loại xe khác: xe dê (dương xa) chỉ cho Thanh văn thừa, xe nai (lộc xa) chỉ cho Duyên giác thừa, xe trâu (ngưu xa) chỉ cho Bồ Tát thừa.
[3] Phẩm Phương tiện trong Kinh Pháp Hoa.

"Phật vốn vì phàm phu mà thuyết kinh, chẳng phải vì Phật mà thuyết. Lẽ ấy nếu ai chẳng tin được thì đành theo kẻ khác mà thối lui. Không tự biết mình đang ngồi trên xe trâu trắng, lại ra ngoài cửa tìm kiếm ba thứ xe khác! Huống chi trong kinh nói rõ với ông rằng: Chỉ có một Phật thừa, chớ không có thừa nào khác. Nếu nói hai thừa, ba thừa, cho đến vô số phương tiện, nhân duyên, thí dụ cũng đều là vì có một Phật thừa. Sao ông chẳng suy xét?

"Ba loại xe là giả tạm, vì chuyện thuở xưa. Một thừa duy nhất là chân thật, vì chuyện bây giờ. Chỉ dạy ông bỏ vật giả tạm, quay về chân thật. Về chân thật rồi, chân thật đó cũng không có tên.

"Phải biết rằng những của báu ông có đều thuộc về ông, do ông sử dụng, chẳng tưởng là của cha, chẳng tưởng là của con,[1] cũng chẳng tưởng đến việc sử dụng.[2] Ấy gọi là trì kinh Pháp Hoa, kiếp này sang kiếp khác, tay chẳng rời kinh, ngày đêm không lúc nào chẳng niệm vậy."

Pháp Đạt đội ơn khai ngộ, vui mừng khôn xiết, đọc kệ xưng tán rằng:

Tụng kinh ba ngàn lượt,
Tào Khê một câu quên.

---

[1] Theo ví dụ trong kinh Pháp Hoa nói về vị trưởng giả giàu có khéo léo tìm cách dạy dỗ con mình. Theo ý trong câu này thì vượt qua được sự phân biệt giữa trí tuệ của chư Phật và trí tuệ của phàm phu, nhận hiểu được chỉ là do nơi tự tâm thanh tịnh sáng suốt hiển hiện.

[2] Cũng chẳng còn phân biệt trí tuệ và người có trí tuệ, chỉ là tự tánh thanh tịnh thường sáng suốt.

Chưa rõ lẽ xuất thế,

Qua bao kiếp mê cuồng.

Dê, nai, trâu, giả lập,

Trước sau, khéo giải bày.

Ai hay trong nhà lửa,

Thật có đấng Pháp vương.

Lục Tổ Đại sư nói: "Từ nay có thể gọi ông là vị tăng biết tụng kinh."

Pháp Đạt từ đó lãnh hội được ý chỉ huyền diệu nhưng cũng không thôi tụng kinh.

THIỀN SƯ TRÍ THÔNG

Có vị tăng hiệu Trí Thông, người huyện An Phong, Thọ Châu, trước xem kinh Lăng-già có hơn ngàn lượt mà chẳng hiểu nghĩa ba thân, bốn trí,[1] đến lễ bái Lục Tổ Đại sư cầu giải nghĩa.

Đại sư dạy rằng: "Một là Thanh tịnh Pháp thân, tức là tánh của ông, hai là Viên mãn Báo thân, tức là trí của ông, ba là Thiên bá ức Hóa thân, tức là hạnh của ông. Nếu lìa bản tánh riêng thuyết Ba thân, tức là có thân mà không có trí. Nếu nhận được Ba thân không có tự tánh, tức là Bốn trí Bồ-đề. Hãy nghe bài kệ này:

Tự Tánh đủ Ba thân,

Phát minh thành Bốn trí.

---

[1] Ba thân là Pháp thân, Báo thân, Hóa thân, bốn trí là Đại viên cảnh trí, Bình đẳng tánh trí, Diệu quán sát trí và Thành sở tác trí.

Chẳng lìa duyên thấy nghe,
Vượt lên quả vị Phật,

Nay ta vì ông thuyết,
Khéo tin, dứt lòng mê.
Chớ học kẻ tìm cầu,
Suốt ngày luận Bồ-đề.[1]

Trí Thông lại hỏi: "Còn nghĩa Bốn trí, có thể được nghe chăng?"

Đại sư dạy: "Đã hiểu Ba thân, tức rõ nghĩa Bốn trí, sao còn phải hỏi? Nếu lìa Ba Thân riêng bàn Bốn trí, ấy gọi là có trí không thân. Cho dù có trí cũng thành vô trí." Liền thuyết kệ rằng:

Đại viên cảnh trí: tánh thanh tịnh.
Bình đẳng tánh trí: tâm không bệnh.
Diệu quán sát trí: chẳng thấy công.
Thành sở tác trí: như gương tròn.

Năm, tám, sáu, bảy chuyển quả, nhân.[2]
Chỉ là tên gọi, không tánh thật.

---

[1] Chỉ luận thuyết mà không trực ngộ.

[2] Năm là năm thức: mắt, tai, mũi, lưỡi, thân. Tám là thức thứ tám, gọi là Tàng thức hay A-lại-da thức, bao nhiêu chủng tử tác nghiệp đều hàm chứa nơi đây, nên gọi là tàng (chất chứa). Năm thức vừa kể và Tàng thức đều thuộc về quả. Sáu là thức thứ sáu, tức là ý thức. Bảy là thức thứ bảy, gọi là Ngã kiến thức hay Mạt-na thức, vì thức này chấp chặt lấy bản ngã mà sinh khởi các pháp, nên gọi là ngã kiến thức (thấy có tự ngã). Hai thức nói sau này thuộc về nhân. Tất cả các thức này hợp với nhau mà chuyển dịch, vận hành vòng nhân quả của tự thân mỗi chúng sanh.

Nếu trong luân chuyển, tình chẳng vướng,
Khởi từ phiền nhiễu, Na-già định.

Trí Thông bừng ngộ tánh trí, trình kệ rằng:

Ba thân nguyên bản thể,
Bốn trí tâm sáng soi.
Thân trí, không ngăn ngại,
Tùy vật hiện theo hình.
Khởi tu là vọng động,
Chấp trụ chẳng phải chân.
Lý mầu nhờ thầy dạy,
Quên sạch danh nhiễm ô.

THIỀN SƯ TRÍ THƯỜNG

Thiền sư Trí Thường người huyện Quý Khê, Tín Châu, xuất gia từ thuở nhỏ, lập chí cầu thấy tánh. Một ngày kia đến tham lễ, Lục Tổ hỏi: "Ông từ đâu đến? Muốn cầu việc chi?"

Trí Thường thưa rằng: "Kẻ học đạo này gần đây qua Hồng Châu, đến núi Bạch Phong, lễ bái Hòa thượng Đại Thông, mong được nghe giảng nghĩa thấy tánh thành Phật, nhưng vẫn chưa dứt lòng nghi. Nay lặn lội đường xa đến đây lễ bái, cúi xin Hòa thượng từ bi chỉ bảo."

Đại sư hỏi: "Hòa thượng Đại Thông nói những gì, ông thử nhắc lại ta nghe xem."

Trí Thường thưa: "Đệ tử đến đó, trải qua ba tháng chưa được chỉ dạy điều chi. Bởi quá thiết tha cầu pháp, nên đêm kia mới một mình vào phương trượng, thưa hỏi rằng: 'Thế nào là bản tâm, bản tánh của Trí Thường?' Hoà thượng Đại Thông hỏi lại: 'Ông có thấy hư không hay chăng?' Đáp rằng: 'Có thấy.' Hoà thượng hỏi: 'Ông thấy hư không có tướng mạo gì chăng?' Thưa rằng: 'Hư không không có hình dạng, sao có tướng mạo?' Sư nói: 'Bản tánh của ông cũng như hư không vậy, thảy không một vật gì có thể thấy, gọi là chánh kiến; không một vật gì có thể nhận biết, gọi là chân trí. Không có xanh vàng, dài ngắn, chỉ thấy gốc nguồn trong sạch, thể giác tròn sáng, gọi là thấy tánh thành Phật, cũng gọi là tri kiến Như Lai.' Đệ tử tuy nghe giảng thuyết như vậy, vẫn còn chưa rõ hết. Xin Hòa thượng chỉ bảo cho."

Đại sư nói: "Hòa thượng Đại Thông thuyết dạy vẫn còn giữ lấy chỗ thấy, biết, cho nên khiến ông chưa hiểu. Nay ta cho ông nghe bài kệ này:

Chẳng pháp nào thấy, còn 'không thấy',
Như mây u ám che mặt trời.
Chẳng pháp nào biết, giữ 'không biết',
Lại như tia chớp sanh lưng trời.
Chỗ thấy biết ấy, bỗng dưng hiện,
Nhận lầm rồi, phương tiện hiểu đâu?
Ông nên mỗi niệm, tự biết quấy,
Tự thân linh quang thường chiếu rọi.

Trí Thường nghe kệ, tâm ý sáng rõ, liền đọc kệ rằng:

Không dưng khởi thấy biết,
Chấp tướng cầu Bồ-đề.
Còn giữ một niệm 'ngộ',
Chưa vượt nhiều kiếp mê.
Tự tánh giác nguyên thể,
Ứng hiện uổng trôi lăn.
Chẳng vào thất Tổ Sư,
Ngu mê theo hai đầu.[1]

Một ngày kia, Trí Thường hỏi Sư rằng: "Phật thuyết Ba thừa, lại nói Tối thượng thừa. Đệ tử này chưa hiểu, xin thầy dạy cho."

Đại sư nói: "Ông tự quán xét bản tâm, đừng vướng mắc pháp tướng bên ngoài. Pháp không có bốn thừa, chỉ tâm người tự có sai biệt: Thấy, nghe, chuyển tụng, ấy là bậc Tiểu thừa. Ngộ pháp, hiểu nghĩa, ấy là bậc Trung thừa. Y pháp tu hành, ấy là bậc Đại thừa. Muôn pháp đều thông hết, muôn pháp đủ cả, đối với hết thảy đều chẳng đắm nhiễm, lìa các pháp tướng, không có chỗ sở đắc, gọi là Tối thượng thừa. Thừa là nghĩa thực hành, chẳng phải tranh biện ở miệng. Ông nên tự tu hành, đừng hỏi ta như vậy. Bất cứ lúc nào tự tánh cũng vẫn tự như như."

Trí Thường lễ tạ, theo hầu Đại sư đến trọn đời.

---

[1] Không đạt đến chỗ viên dung, còn bám víu chỗ thấy biết hoặc không thấy biết.

THIỀN SƯ CHÍ ĐẠO

Thiền sư người huyện Nam Hải, Quảng Châu, tìm đến Lục Tổ Đại sư thưa hỏi rằng: "Kẻ học đạo này từ khi xuất gia, xem Kinh Niết-bàn có hơn mười năm nhưng chưa rõ đại ý. Xin Hòa thượng dạy cho."

Đại sư hỏi: "Ông chưa rõ chỗ nào?"

Chí Đạo thưa: "Các hành vô thường, là pháp sanh diệt. Sanh diệt diệt rồi, tịch diệt là vui.[1] Đệ tử còn nghi hoặc ở chỗ ấy."

Đại sư hỏi: "Ông nghi hoặc thế nào?"

Thưa rằng: "Chúng sanh đều có hai thân: sắc thân và pháp thân. Sắc thân là vô thường, có sanh, có diệt. Pháp thân là thường: không tri, không giác. Trong kinh nói rằng: Sanh, diệt, diệt rồi, tịch diệt là vui.[2] Chẳng rõ thân nào tịch diệt? Thân nào hưởng vui?

"Nếu là sắc thân, thời lúc sắc thân diệt đi, tứ đại phân tán, toàn là khổ cả. Khổ chẳng thể nói là vui.

"Nếu là pháp thân tịch diệt, liền đồng với cỏ cây, gạch đá, vậy cái gì sẽ hưởng sự vui?

"Lại nữa, pháp tánh là thể của sanh diệt, năm uẩn là dụng của sanh diệt. Một thể, năm dụng, sanh diệt là thường. Sanh tức do thể khởi dụng, diệt tức thâu dụng về thể. Nếu cho nó sanh, tức là loài hữu

---

[1] Bài kệ này ở trong kinh Niết-bàn: "Chư hành vô thường, thị sanh diệt pháp. Sanh diệt diệt dĩ, tịch diệt vi lạc."
[2] Đây dẫn phẩm Thánh hạnh, kinh Niết-bàn.

tình, chẳng đoạn, chẳng diệt. Nếu chẳng cho nó sanh, tức theo về tịch diệt, đồng với loài vô tình. Như vậy, hết thảy các pháp đều bị Niết-bàn ngăn chặn, còn chẳng đặng sanh, có vui gì đâu?"

Đại sư nói: "Ông là con nhà họ Thích,[1] sao tập lấy cái tà kiến đoạn, thường của ngoại đạo mà bàn pháp Tối thượng thừa?

"Cứ như thuyết của ông, tức là ngoài sắc thân, riêng có pháp thân, rời khỏi sanh diệt, cầu nơi tịch diệt.

"Lại suy rằng cảnh Niết-bàn là thường tồn và vui, nên nói có thân thọ dụng. Đó tức là bám lấy cái ý tham tiếc chuyện sống chết, say đắm cuộc vui ở đời.

"Nay ông nên biết rằng: Phật vì hết thảy người mê nhận năm uẩn hòa hiệp làm tướng tự thể, phân biệt hết thảy các pháp làm tướng ngoại trần, tham sống sợ chết, niệm niệm trôi lăn, chẳng biết vốn là mộng huyễn hư dối, uổng chịu kiếp luân hồi, lấy cảnh Niết-bàn thường, vui hóa làm tướng khổ suốt ngày rong ruổi tìm kiếm. Vì Phật thương những chúng sanh ấy, mới chỉ ra cho cảnh vui chân thật của Niết-bàn, không một sát-na nào có tướng sanh, không một sát-na nào có tướng diệt; lại cũng không có sự sanh diệt có thể diệt được. Ấy là cảnh tịch diệt hiện tiền. Đương lúc hiện ra nơi hiện tiền, cũng không có cái hạn lượng nơi hiện tiền, mới gọi là cảnh thường, vui.

---

[1] Phật xưa là Thích-ca. Người xuất gia lấy pháp hiệu họ Thích, theo như họ Phật, tự xem mình như con trong dòng Phật.

"Cảnh vui ấy không có người thọ nhận, cũng không có người nào không thọ nhận, làm sao lại có cái tên gọi là một thể năm dụng? Huống chi lại nói rằng Niết-bàn ngăn chặn các pháp khiến cho mãi mãi chẳng sanh? Đó tức là báng bổ Phật, chê bai Pháp. Hãy nghe bài kệ này:

Đại Niết-bàn trên hết,

Tròn sáng thường lặng chiếu.

Phàm ngu cho là chết,

Ngoại đạo chấp dứt đoạn.

Những người cầu Nhị thừa,[1]

Cho là không tạo tác.

Thảy đều thuộc tình si.

Gốc ở sáu hai kiến.[2]

---

[1] Hai thừa Thanh văn và Duyên giác.

[2] Sáu hai kiến (62 kiến), hay lục thập nhị kiến, tức là 62 cách nhận hiểu sai lầm của ngoại đạo, gọi chung là tà kiến. Đối với sắc uẩn có bốn cách nhận hiểu sai lầm, cho rằng: 1. Sắc là thường; 2. Sắc là vô thường; 3. Sắc là thường mà vô thường 4. Sắc là chẳng phải thường, chẳng phải vô thường. Đối với cả năm uẩn (sắc, thọ, tưởng, hành, thức) đều hiểu tương tự theo cách như vậy, thành ra 20 cách hiểu sai lầm, đối với năm uẩn trong quá khứ. Lại đối với sắc uẩn có bốn cách nhận hiểu sai lầm, cho rằng: 1. Sắc là hữu biên. 2. Sắc là vô biên. 3. Sắc là hữu biên, vô biên. 4. Sắc là chẳng phải hữu biên, chẳng phải vô biên. Đối với cả năm uẩn (sắc, thọ, tưởng, hành, thức) đều hiểu tương tự theo cách như vậy, thành ra 20 cách hiểu sai lầm, đối với năm uẩn trong hiện tại. Lại đối với sắc uẩn có bốn cách nhận hiểu sai lầm, cho rằng: 1. Sắc có đi đến, sanh ra nơi này, đi đến nơi kia, cho đến đời sau cũng như thế. 2. Sắc chẳng có đi đến, quá khứ không từ đâu đến, tương lai cũng không đi về đâu; 3. Sắc có đi đến mà cũng không đi đến, vì thân thể với tinh thần hòa hiệp mà làm người, sau khi chết thì tinh thần đi mà thân thể không đi; 4. Sắc chẳng phải đi đến, cũng chẳng phải không đi đến, nghĩa là trái ngược với cách hiểu thứ ba vừa nói. Đối với cả năm uẩn (sắc, thọ, tưởng, hành, thức) đều hiểu tương tự theo cách như vậy, thành ra 20 cách hiểu sai lầm, đối với năm uẩn trong tương lai.

Hư vọng giả lập tên,
Nào có nghĩa chân thật?
Chỉ có người cao vượt,
Thông đạt chẳng lấy bỏ.
Rõ biết pháp ngũ uẩn,
Với thân ta trong đó.
Ngoài hiện bao sắc tượng,
Mỗi mỗi tướng âm thanh.
Bình đẳng như mộng huyễn,
Chẳng khởi thấy thánh, phàm.
Không luận giải Niết-bàn,
Hai bên, ba thuở dứt.[1]
Thường ứng dụng các căn,
Nhưng chẳng khởi dụng tưởng.
Phân biệt hết thảy pháp,
Chẳng khởi phân biệt tưởng.
Kiếp hỏa thiêu đáy biển,
Gió chuyển núi, đổ non.
Chân thường, vui, tịch diệt,
Niết-bàn tướng vẫn vậy.
Nay ta gượng giải thuyết,
Khiến ông bỏ tà kiến.
Chớ chạy theo lời nói,
May biết được đôi chút.

Cộng cả thảy thành 60 cách hiểu sai lầm, cùng với hai cách hiểu đoạn kiến (cho rằng mọi sự vật đều dứt đoạn) và thường kiến (cho rằng mọi sự vật đều thường tồn) thành ra 62 cách hiểu sai lầm.

[1] Hai bên là chấp có và chấp không. Ba thuở là quá khứ, hiện tại và vị lai.

Chí Đạo nghe kệ rồi đại ngộ, vui mừng làm lễ lui ra.

THIỀN SƯ HÀNH TƯ

Thiền sư họ Lưu, người huyện An Thành, Cát Châu. Nghe danh Tào Khê giáo pháp thạnh hóa, liền theo đường tắt đến tham lễ, hỏi rằng: "Nên làm việc gì để không rơi vào giai cấp?"

Đại sư hỏi: "Xưa nay ông đã từng làm gì?"

Thưa rằng: "Thánh đế[1] cũng chẳng làm."

Đại sư hỏi: "Vậy thì rơi vào giai cấp nào?"

Thưa rằng: "Đến như Thánh đế còn chẳng làm, làm sao có giai cấp?"

Lục Tổ Đại sư rất trân trọng, bảo Hành Tư dẫn dắt đồ chúng. Một ngày kia, Đại sư bảo Hành Tư: "Ông nên đi giảng hóa ở một phương, chớ để cho giáo pháp phải dứt đoạn."

Thiền sư Hành Tư liền về núi Thanh Nguyên ở Cát Châu, rộng truyền Phật pháp. Sau được vua ban thụy hiệu là Hoằng Tế Thiền sư.

Thiền sư Hoài Nhượng

Thiền sư họ Đỗ, người Kim Châu. Thoạt tiên ra mắt An Quốc sư tại Tung Sơn. Quốc sư bảo tới Tào Khê tham lễ học hỏi, Hoài Nhượng liền tìm đến lễ bái Lục Tổ Đại sư.

---

[1] Thánh đế : Chân lý của Phật, tức là Tứ Diệu Đế.

Đại sư hỏi rằng: "Từ đâu đến đây?"

Thưa rằng: "Từ Tung Sơn đến."

Đại sư hỏi: "Mang theo vật gì đến đó?"

Đáp: "Nói tợ như một vật tức là chẳng đúng rồi."

Đại sư hỏi: "Vậy có thể tu chứng chăng?"

Đáp: "Tu chứng tức chẳng không, ô nhiễm tức chẳng được."

Đại sư nói: "Chỉ một điều chẳng ô nhiễm ấy, là chỗ chư Phật hộ niệm. Ông đã như vậy, ta cũng như vậy. Ngài Bát-nhã Đa-la[1] bên Tây Thiên có lời đoán trước rằng: 'Dưới chân ngươi nhảy ra con ngựa con,[2] đá giết người trong thiên hạ.'[3] Lời ấy ứng nơi tâm ông, chẳng nên vội nói."

Hoài Nhượng thoạt nhiên có chỗ khế hợp, bèn giữ lễ hầu hạ bên Đại sư cho đến 15 năm, ngày càng đi sâu vào chỗ huyền diệu, thâm áo, rồi về Nam Nhạc hoằng hoá, mở rộng Thiền tông. Sau khi viên tịch được sắc phong thụy hiệu là Đại Huệ Thiền sư.

THIỀN SƯ HUYỀN GIÁC

Thiền sư họ Đái, cũng gọi là Vĩnh Gia Huyền Giác, người Ôn Châu. Thuở nhỏ học tập kinh luận, tinh thông pháp môn Chỉ quán của phái Thiên Thai. Nhân đọc Kinh Duy-ma, tâm địa bừng sáng. Tình cờ

---

[1] Là Tổ Sư thứ 27.
[2] Ứng về việc Mã Tổ thọ tâm ấn của Hoài Nhượng Thiền sư sau này.
[3] Ý nói dọc ngang chẳng ai đương nổi.

gặp đệ tử của Lục Tổ là Huyền Sách cùng nhau đàm luận. Thấy Huyền Giác nói ra mọi điều đều ngầm hợp với ý Tổ, Huyền Sách mới hỏi:

"Chẳng hay nhân giả đắc pháp với ai?"

Huyền Giác đáp rằng: "Tôi học theo kinh luận Phương đẳng, đều là có truyền thừa. Sau do nơi Kinh Duy-ma ngộ được tông chỉ nơi tâm Phật, nhưng chưa có ai chứng minh."

Huyền Sách nói: "Từ đời Phật Oai Âm Vương trở về trước thì được, còn từ đời Phật Oai Âm Vương về sau, nếu không có thầy mà tự ngộ, hầu hết đều là ngoại đạo."

Huyền Giác nói: "Nguyện nhân giả chứng minh cho tôi."

Huyền Sách đáp: "Lời của tôi chẳng xứng đáng. Nay tại Tào Khê có Lục Tổ Đại sư, bốn phương đều về thọ pháp. Nếu ngài muốn đi thì tôi sẽ cùng đi."

Huyền Giác bèn theo Huyền Sách đến tham lễ Lục Tổ.

Đến nơi, Huyền Giác đi quanh Đại sư ba vòng, rồi chống cây tích trượng mà đứng.

Đại sư nói: "Phàm bậc sa-môn phải đủ ba ngàn oai nghi, tám muôn tế hạnh. Đại đức từ phương nào tới mà cao ngạo đến thế?"

Huyền Giác nói: "Sanh tử là việc lớn, vô thường mau chóng lắm."

Đại sư nói: "Sao chẳng nhận lấy lý vô sanh, hiểu chỗ không mau chóng?"

Huyền Giác đáp rằng: "Thể tức vô sanh, hiểu vốn là không mau chóng."

Đại sư nói: "Đúng vậy, đúng vậy."

Huyền Giác lúc bấy giờ mới chỉnh đốn oai nghi, cung kính lễ bái. Sau giây lát xin cáo từ.

Đại sư hỏi: "Về chóng thế sao?"

Thưa rằng: "Tự mình chẳng phải động, lại có mau chóng sao?"

Đại sư hỏi: "Ai biết chẳng phải động?"

Huyền Giác nói: "Nhân giả tự sanh phân biệt."

Đại sư nói: "Ông thật hiểu sâu ý vô sanh."

Huyền Giác thưa: "Vô sanh lại có ý sao?"

Đại sư nói: "Không có ý thì ai phân biệt?"

Huyền Giác nói: "Phân biệt cũng chẳng phải là ý."

Đại sư khen ngợi rằng: "Hay lắm thay!"

Rồi Đại sư lưu giữ Huyền Giác lại một đêm. Người đương thời nhân đó mà gọi Huyền Giác là Nhất túc giác (một đêm giác ngộ). Về sau, Huyền Giác có viết tập Chứng đạo ca được lưu hành rộng rãi. Sau khi viên tịch được vua ban thụy hiệu là Vô tướng Đại sư, người đương thời tôn xưng là Chân Giác Đại sư.

THIỀN SƯ TRÍ HOÀNG

Thiền sư Trí Hoàng trước đã từng tham lễ với Ngũ Tổ, tự cho là mình đã được chánh thọ,[1] ngồi luôn trong am đến 20 năm.

Đệ tử của Lục Tổ là Huyền Sách, đi du phương đến đất Hà Sóc,[2] nghe danh Trí Hoàng, tìm đến am hỏi rằng: "Ngài ở đây làm gì?"

Trí Hoàng đáp: "Nhập định."

Huyền Sách hỏi: "Ngài nói nhập định là hữu tâm mà nhập hay vô tâm mà nhập? Nếu là vô tâm mà nhập, thì hết thảy những vật vô tình như cỏ cây, gạch đá, lẽ ra cũng được định. Còn nếu là hữu tâm mà nhập, thì hết thảy những loài hữu tình có tâm thức cũng đều được định."

Trí Hoàng nói: "Ta đang lúc nhập định chẳng thấy có tâm hữu, vô."

Huyền Sách nói: "Chẳng thấy có tâm hữu vô, đó là thường định, sao còn có xuất nhập? Nếu có xuất nhập, tức chẳng phải đại định."

Trí Hoàng không đáp lại được. Hồi lâu mới hỏi rằng: "Thầy của ông là ai?"

Huyền Sách đáp: "Thầy tôi là Lục Tổ ở Tào Khê."

Trí Hoàng hỏi: "Lục Tổ lấy chi làm thiền định?"

Huyền Sách đáp: "Thầy tôi dạy chỗ mầu nhiệm, rỗng rang, tròn đầy, vắng lặng, thể và dụng như như.

---

[1] Quả vị Thiền định.
[2] Thuộc tỉnh Hà Bắc

Năm ấm vốn không, sáu trần chẳng có, chẳng xuất chẳng nhập, chẳng định chẳng loạn. Tánh thiền không trụ, lìa chỗ trụ nơi thiền vắng lặng. Tánh thiền không sanh, lìa tư tưởng sanh nơi cõi thiền. Tâm như hư không, cũng không có cả cái hạn lượng của hư không."

Trí Hoàng nghe thuyết như vậy, liền lập tức theo đường tắt tìm đến ra mắt Lục Tổ Đại sư. Đại sư hỏi: "Nhân giả từ đâu đến đây?" Trí Hoàng thuật lại lời Huyền Sách.

Đại sư nói: "Đúng như lời ấy. Ông chỉ cần tâm như hư không, cũng chẳng mắc vào chỗ thấy cái không, ứng dụng không ngăn ngại, động tĩnh đều vô tâm, chỗ tình tưởng phàm thánh đều quên cả, năng sở đều mất, tánh tướng như như, thì không lúc nào là chẳng định."

Trí Hoàng nghe xong đại ngộ, nhớ lại chỗ sở đắc trong 20 năm qua thật chẳng có gì. Đêm hôm ấy, sĩ thứ đất Hà Bắc đều nghe trên không trung có tiếng vang rằng: "Hôm nay Hoàng Thiền sư đắc đạo."

Sau đó Trí Hoàng lễ bái từ biệt, trở về Hà Bắc khai hóa bốn chúng.

THIỀN SƯ THẦN HỘI

Thiền sư họ Cao, người huyện Tương Dương, xuất gia làm sa-di ở chùa Ngọc Tuyền,[1] năm 13 tuổi tìm đến tham lễ Lục Tổ Đại sư.

---
[1] Chùa Ngọc Tuyền do đại sư Thần Tú trụ trì.

Đại sư hỏi: "Bậc tri thức từ xa khó nhọc đến, vậy đã được chỗ cội gốc hay chưa? Nếu có cội gốc, hẳn phải biết chủ. Thử nói ra xem."

Thần Hội nói: "Lấy vô trụ làm gốc, thấy tức là chủ."

Đại sư nói: "Chú sa-di nhỏ này tranh giữ lấy câu thứ yếu."

Thần Hội lại hỏi: "Hòa thượng ngồi thiền, thấy hay chẳng thấy?"

Sư lấy gậy đánh ba cái, hỏi rằng: "Ta đánh ông, đau hay không đau?"

Thưa rằng: "Cũng đau, cũng không đau."

Đại sư nói: "Ta cũng thấy, cũng chẳng thấy."

Thần Hội hỏi: "Thế nào là cũng thấy, cũng chẳng thấy?"

Đại sư nói: "Chỗ ta thấy đó là thường thấy điều lầm lỗi trong tâm mình, chẳng thấy điều phải quấy, tốt xấu của người khác. Bởi vậy cho nên cũng thấy, cũng chẳng thấy. Còn ông nói 'Cũng đau, cũng chẳng đau.' là thế nào? Ông nếu chẳng đau, tức đồng với cây đá. Nếu đau, tức đồng với kẻ phàm phu, liền khởi oán giận. Ông từ trước đến nay thấy và chẳng thấy là hai bên; đau với chẳng đau là sanh diệt. Tự tánh của ông còn chưa thấy được, sao dám đùa người?"

Thần Hội lễ bái, ăn năn tạ lỗi. Đại sư lại nói: "Ông nếu tâm mê chẳng thấy, nên cầu hỏi bậc thiện tri thức chỉ đường cho. Nếu tâm ngộ, tức tự thấy tánh, liền y theo pháp tu hành. Nay ông mê chẳng thấy tự tâm, lại đến đây hỏi ta thấy với chẳng thấy. Ta thấy, ta tự biết, chẳng thay được cho chỗ mê của ông. Ông nếu tự thấy, cũng chẳng thay được cho chỗ mê của ta. Sao chẳng tự biết tự thấy, lại hỏi ta thấy với chẳng thấy?"

Thần Hội lễ lạy hơn trăm lạy, cầu tạ lỗi lầm. Từ đó siêng năng hầu hạ bên Đại sư chẳng rời.

Một ngày kia, Đại sư bảo chúng rằng: "Ta có một vật không đầu không đuôi, không tên không họ, không trái không phải. Các ông có biết là gì chăng?"

Thần Hội bước ra nói: "Đó là nguồn gốc của chư Phật, tánh Phật của Thần Hội."

Đại sư nói: "Vừa nói với ông không tên không họ, ông lại đặt ngay ra là nguồn gốc, là Phật tánh. Ông về sau có ở chốn am tranh, cũng chỉ thành tông đồ của bọn tri giải."

Sau khi Tổ Sư diệt độ, Thần Hội vào Kinh Lạc, ở chùa Hà Trạch mở rộng Đốn giáo Tào Khê, soạn bộ sách Hiển tông ký lưu hành rộng rãi, người đời tôn xưng là Thiền sư Hà Trạch.

Đốn giáo và Tiệm giáo

Những khác biệt giữa hai vị đại sư Huệ Năng và Thần Tú như chúng ta đã bàn đến trong phần trước có thể xem là nguyên nhân dẫn đến sự khác biệt giữa hai tông Nam, Bắc do họ dẫn dắt. Điều này không có gì khó hiểu, bởi vì điều tất nhiên là mỗi vị đều dựa vào những kinh nghiệm tu tập và thực chứng của mình để giáo hóa đồ chúng. Vì thế, con đường mà mỗi vị đi qua cũng chính là con đường mà những truyền nhân của họ tiếp tục nối bước.

Đại sư Thần Tú đã đến cùng Thiền tông với một sự chuẩn bị chu đáo về mặt tri thức. Một điều hoàn toàn tự nhiên là những tri thức ấy không thuộc về phẩm chất bẩm sinh của mỗi con người, mà chỉ có thể đạt được thông qua con đường học tập chuyên cần. Chính điều này đã ghi lại dấu ấn quan trọng trong bài kệ trình kiến giải của ngài: "Thường siêng lau, siêng rửa."[1] Vì thế, phương thức tu tập cũng như tông chỉ của Bắc tông chính là sự chuyên cần tu tập.

Theo Bắc tông thì hết thảy chúng sinh đều sẵn có tánh giác ngộ, nhưng chỉ do tập khí vô minh phiền não từ nhiều đời che lấp nên khiến cho tánh giác ấy phải bị che mờ, khác nào tấm gương sáng phủ đầy bụi bặm. Vì thế, người tu tập khi hiểu được điều này phải hết sức nỗ lực tinh cần, trừ bỏ dần dần những tập khí vô minh phiền não, cho đến khi nào tánh giác được hiển lộ thì sẽ đạt đến sự giải thoát.

---

[1] Nguyên văn: 時時勤拂拭 - Thời thời cần phất thức.

Quá trình "trừ bỏ dần dần" như vừa nói chính là cái mà Bắc tông gọi là "tiệm tu". Chữ tiệm (漸) có nghĩa là dần dần, từ từ, có nghĩa là hiệu quả tu tập sẽ đạt được một cách chầm chậm, từ từ, nhưng chắc chắn không thể không có được. Chỉ cần hành giả có sự chuyên cần nỗ lực và kiên trì, bền chí, thì điều tất yếu là con đường đi đến giác ngộ sẽ mỗi ngày đều được thu ngắn lại.

Khác hẳn với Đại sư Thần Tú, Đại sư Huệ Năng đã đến cùng Thiền tông với tâm nhiệt thành và một tri thức hoàn toàn trống rỗng, nếu chúng ta hiểu tri thức như là những kiến thức có được qua sự học hỏi, nghiên cứu. Tuy nhiên, ngay khi được biết về Đại sư Huệ Năng, chúng ta đã thấy là ngài tỏ ra có một trực giác cực kỳ bén nhạy. Khi ngài tình cờ được nghe người khách lạ tụng kinh Kim Cang, dù chưa biết đó là kinh gì, cũng như trước đó chưa từng có chút hiểu biết gì về Phật pháp, nhưng ngài đã ngay lập tức trực nhận được ý kinh. Khả năng trực nhận của ngài xuyên qua những giới hạn chuyển tải của ngôn ngữ, bởi ngài đã tiếp nhận những điều trong kinh không bằng sự phân tích ngữ nghĩa thông thường như hầu hết chúng ta, mà là thông qua trực giác bén nhạy để nắm bắt ngay những ý nghĩa thuộc về phần tinh tuý, sâu xa nhất. Chính khả năng này đã giúp cho ngài ngay trong lần đầu tiếp cận với kinh Kim Cang đã nhận ra ngay là tất cả những ý nghĩa sâu kín nhất đều nằm trong bộ kinh này. Và chính vì thế mà ngài đã quyết định lên đường tìm đến với người giảng kinh: Ngũ Tổ Hoằng Nhẫn.

Suốt cuộc hành trình 30 ngày tìm đến huyện Hoàng Mai, chắc chắn trong tâm ngài đã không ngừng tiếp tục suy xét về những gì đã nhận hiểu được trong lần đầu nghe kinh Kim Cang. Vì thế mà ngay trong lần hội kiến đầu tiên với Ngũ Tổ, ngài đã không bỏ lỡ cơ hội để nhờ Ngũ Tổ xác nhận lại những gì đã nhận hiểu được. Vì thế, chúng ta mới nghe được mẩu đối thoại cực kỳ mãnh liệt khi một vị đệ tử vừa mới đến tham vấn lần đầu tiên đã đặt ngay ra những vấn đề thuộc về cốt tuỷ của Thiền tông, như "Phật tánh bình đẳng, tự tâm thường sinh trí huệ, chẳng lìa tự tánh tức là ruộng phước"...

Với những vấn đề liên tiếp và dồn dập đặt ra như thế, việc Ngũ Tổ nhận ra ngay trí tuệ siêu phàm của ngài cũng là điều dễ hiểu. Và sự mặc nhiên không quở trách của Ngũ Tổ chính là đã âm thầm ấn chứng cho sự nhận hiểu của ngài Huệ Năng. Chính sự ấn chứng này đã là động lực giúp cho Huệ Năng yên tâm đi xuống nhà bếp, làm công việc giã gạo, bửa củi trong 8 tháng sau đó để tiếp tục chiêm nghiệm về những chân lý vừa loé sáng trong nội tâm của ngài. Để rồi sau đó, qua mẩu đối thoại ngắn ngủi giữa hai người bên cối giã gạo trong nhà bếp, một lần nữa Ngũ Tổ lại xác nhận cho những kết quả nội chứng của Huệ Năng trong thời gian qua là hoàn toàn đúng hướng. Nhờ đó mà những kinh nghiệm tu chứng trong nội tâm của ngài Huệ Năng mới có thể tiếp tục phát triển đến mức có thể được bộc lộ ra qua bài kệ đối đáp với Đại sư Thần Tú như chúng ta đã biết.

Và đến lúc này thì Ngũ Tổ biết là Huệ Năng đã thực sự nhận hiểu được chỗ tinh yếu của Thiền tông, nên ngay hôm sau đã gọi ngài vào thiền thất để giảng kinh Kim Cang và truyền y bát. Chính lần giảng kinh duy nhất và cuối cùng này đã phá vỡ tất cả những rào cản còn sót lại trong nội tâm ngài Huệ Năng, khi ngài bừng ngộ và thốt ra những lời bày tỏ sự ngạc nhiên trước chỗ thấy biết rốt ráo của chính mình:

"Ngờ đâu tự tánh vốn tự thanh tịnh!
Ngờ đâu tự tánh vốn chẳng sanh diệt!
Ngờ đâu tự tánh vốn tự đầy đủ!
Ngờ đâu tự tánh vốn chẳng lay động!
Ngờ đâu tự tánh sanh ra muôn pháp!"[1]

Như vậy, ngài Huệ Năng đã nhận sự giáo hóa của Ngũ Tổ theo cách riêng của mình, và cũng qua đó tạo ra một tiền lệ cho Nam tông Đốn giáo của ngài về sau. Thiền Nam tông vì thế không truyền trao qua sự nghiên tầm giáo điển, mà hướng thẳng đến phần cốt lõi tinh yếu nhất chỉ có thể trực nhận qua kinh nghiệm tu chứng nội tâm. Trong Đàn Kinh có nói đến sự truyền thừa của Nam tông lấy Đàn Kinh làm căn bản, nhưng điều đó hoàn toàn không có nghĩa là các thiền sư phải học tập, nghiền ngẫm

---

[1] Nguyên văn trong Đàn Kinh: 何期自性本自清淨。何期自性本不生滅。何期自性本自具足。何期自性本無動搖。何期自性能生萬法。(Hà kỳ tự tánh bản tự thanh tịnh! Hà kỳ tự tánh bản bất sanh diệt! Hà kỳ tự tánh bản tự cụ túc! Hà kỳ tự tánh bản vơ động diêu! Hà kỳ tự tánh năng sanh vạn pháp!)

những ý nghĩa trong Đàn Kinh. Điều đó chỉ có nghĩa là những ai chưa nắm hiểu được những chỗ tinh yếu, cốt lõi trong Đàn Kinh - mà cũng là trong Thiền tông - thì chưa thể xem là đã được truyền thừa.

Thật ra, chính trong Đàn Kinh cũng có nhắc đến sự phân biệt đốn, tiệm của thời bấy giờ với sự nhấn mạnh quan điểm "pháp vô đốn tiệm". Sự phân ra đốn hay tiệm chỉ là do cách tiếp nhận của con người có nhanh, chậm khác nhau. Vì thế, không thể cho rằng đốn và tiệm là 2 pháp khác nhau.

Thông thường, chúng ta tiếp cận và nhận biết về thực tại qua hai cách khác nhau: trực tiếp và gián tiếp. Chẳng hạn, khi chúng ta nếm một múi quít và nhận biết được những mùi vị của nó, đó là cách trực tiếp; còn khi chúng ta thông qua sự mô tả bởi các từ ngữ như thơm, rất thơm, chua, hơi chua, ngọt, rất ngọt.v.v... để nhận biết, đó là cách gián tiếp.

Trong thực tế, kinh nghiệm trực tiếp về thực tại của chúng ta không thể bao trùm hết thảy mọi phạm vi đời sống. Vì thế, sự nhận biết thông qua sự mô tả bằng ngôn ngữ là điều tất nhiên cần thiết. Chẳng hạn, chúng ta không thể nếm biết hết tất cả các loại trái cây trên trái đất này, nên tất yếu sẽ có rất nhiều loại ta chỉ được nghe nói hoặc đọc thấy qua sách báo, và chỉ có thể biết về chúng qua cách gián tiếp như thế mà thôi.

Những kinh nghiệm sống được mã hóa qua kênh ngôn ngữ tạo ra điều kiện thuận lợi để trao truyền vượt qua thời gian và không gian, chẳng hạn như từ thế hệ này sang thế hệ khác, từ địa phương này sang địa phương khác, thông qua chữ viết. Và những kinh nghiệm sống được diễn đạt qua ngôn ngữ, nhất là dưới hình thức chữ viết, tạo thành cái gọi là tri thức. Vì thế, tri thức là những kinh nghiệm cụ thể có thể được truyền từ người này sang người khác, từ nơi này sang nơi khác.

Ngược lại, những kinh nghiệm sống trực tiếp không bao giờ có thể được truyền từ người này qua người khác. Nếu bạn muốn nhận biết trực tiếp về hương vị trái sầu riêng của Nam bộ, bạn chỉ có một cách duy nhất là phải nếm thử nó! Và điều quan trọng là, mọi sự mô tả bằng ngôn ngữ khi so sánh với sự nhận biết trực tiếp này bao giờ cũng sẽ có một độ lệch nhất định.

Dù muốn hay không, tất cả chúng ta vẫn luôn phải tiếp cận và nhận hiểu thực tại qua cả hai phương thức trực tiếp và gián tiếp. Đơn giản chỉ là vì chúng bổ sung cho nhau để giúp ta có được những hiểu biết và kinh nghiệm sâu rộng nhất, tối ưu nhất về thực tại.

Kinh nghiệm trực tiếp là sự nhận biết chính xác nhất về thực tại, nhưng giới hạn của nó là không thể bao trùm mọi khía cạnh của đời sống. Trong khi đó, sự nhận biết gián tiếp thông qua tri thức bao giờ cũng có những độ lệch nhất định, nhưng nó có thể giúp chúng ta mở rộng hiểu biết đến hầu như tất cả mọi khía cạnh của đời sống.

Mặt khác, kinh nghiệm gián tiếp được chuyển tải qua ngôn ngữ, nên tất yếu nó phải chịu sự quy định, giới hạn của ngôn ngữ. Khi sử dụng ngôn ngữ để truyền đạt kinh nghiệm, chúng ta luôn phải chấp nhận những giới hạn này ở một mức độ tương đối nào đó. Lấy ví dụ, để mô tả về màu sắc, chúng ta chỉ có một số lượng giới hạn tên gọi các màu, nhưng trong thực tại thì số lượng màu sắc khác nhau lại không có giới hạn. Vì thế, những màu sắc gần giống nhau đến một mức độ nào đó sẽ có cùng một tên gọi như nhau, vì sự phân biệt chính xác hơn thế nữa sẽ là vượt quá giới hạn diễn đạt của ngôn ngữ.

Vấn đề chúng ta cần nhấn mạnh ở đây là, kinh nghiệm thiền chứng phải là một kinh nghiệm trực tiếp. Nếu chúng ta dựa vào tri thức để mong đạt đến sự chứng ngộ, điều đó sẽ mãi mãi không bao giờ xảy ra. Đây chính là ý nghĩa trong lời nhận xét của Ngũ Tổ về bài kệ của ngài Thần Tú:

"Ông làm kệ này chưa thấy được bản tánh, chỉ đến ngoài cửa, chưa vào được trong. Như đem chỗ hiểu biết ấy mà cầu đạo Vô thượng Bồ-đề thì quyết chẳng thể được."

Giới hạn của Tiệm giáo chính là ở điểm này. Trong khi việc nghiên tầm giáo điển, tụng niệm kinh điển vẫn luôn mang đến cho chúng ta những lợi ích nhất định, thì trong thực tế vẫn vĩnh viễn không bao giờ có thể mang đến cho chúng ta kinh nghiệm chứng ngộ, trừ khi chúng ta nhận ra được giới hạn đó và tự mình quay sang tiếp xúc một cách trực tiếp với thực tại. Trường hợp của thiền sư Pháp Đạt là một ví dụ minh hoạ cụ thể cho nhận xét này.

Thiền sư Pháp Đạt tụng kinh Pháp Hoa có đến 3.000 lượt, vẫn không đạt ngộ. Khi gặp Lục Tổ Đại sư, được ngài chỉ cho chỗ pháp yếu liền tự nhiên bừng ngộ. Chỗ pháp yếu đó vốn dĩ cũng không nằm ngoài kinh Pháp Hoa, nhưng Pháp Đạt trước đó dù đã tụng kinh rất lâu vẫn không nắm hiểu được là vì quá chấp chặt vào ngôn ngữ mà không tự mình trực nhận được chỗ tinh yếu bằng vào kinh nghiệm tự thân. Vì thế, những chỉ dẫn của Lục Tổ là cực kỳ quan trọng đối với ông lúc này:

"Nếu có thể ở nơi tướng lìa được tướng, ở nơi không lìa được không, tức là trong ngoài đều chẳng mê. Nếu ngộ pháp ấy, trong một niệm tâm liền khai mở. Đó là khai mở tri kiến Phật."

Toàn bộ kinh Pháp Hoa cũng chỉ nhắm đến một việc duy nhất là khai mở tri kiến Phật. Nhưng Pháp Đạt tụng niệm hơn 3.000 lượt vẫn không nhận ra! Những chỉ dẫn của Lục Tổ sở dĩ có thể giúp ông bừng ngộ là vì nó không nhằm giải thích thêm nữa, mà chỉ nhằm kéo ông trở về với thực tại để tự mình có thể trực nhận được cái gọi là "tri kiến Phật". Đó chính là ý nghĩa của việc mà Lục Tổ gọi là "chuyển Pháp Hoa", hoàn toàn trái ngược với trước đó là "bị Pháp Hoa chuyển".

Sự lệch hướng của Bắc tông về sau chính là ở chỗ họ đã chuyển sang dựa vào sự tích luỹ tri thức để xem đó là sự nghiệp tu tập. Thật ra thì sự nỗ lực công phu chuyên cần vốn dĩ là yếu tố cần thiết cho tất cả những người tu tập, cho dù là theo tông phái nào. Nhưng nỗ lực chuyên cần tinh tấn theo hướng nào thì đó mới chính là vấn đề tông chỉ của từng tông phái.

Đại sư Thần Tú dạy người "thường siêng lau, siêng rửa", nhưng lau rửa như thế nào mới là vấn đề quyết định sự sai lầm hay đúng đắn. Nếu sự nỗ lực chuyên cần đó là để thường xuyên duy trì chánh niệm, chánh định, chánh tuệ, thì dù là Nam tông cũng không đi ra ngoài con đường đó.

Nhưng trong thực tế sự phát triển của Bắc tông Tiệm giáo đã ngày càng chuyển dần sang khuynh hướng tích luỹ tri thức. Và đây chính là nguyên nhân dẫn đến sự suy kiệt, mất dần sinh khí của họ. Trong khi đó, Nam tông Đốn giáo kể từ sau ngài Huệ Năng đã nở rộ lên những Thần Hội, Hoài Nhượng, Hành Tư, Huyền Giác... và rất nhiều bậc tông sư khác, ngày càng phát triển rộng khắp cả đất nước Trung Hoa chứ không chỉ còn riêng ở phương Nam nữa.

Vì thế, sự phân ra đốn, tiệm vốn chỉ là tuỳ theo căn cơ trí tuệ của người đời, mà những sai lệch trong sự tu tập của hai tông Nam, Bắc vốn cũng là do người tu tự tạo ra. Nếu không nắm hiểu được ý chỉ của thiền Đốn giáo thì dù có xưng là Nam tông cũng không tránh khỏi sai lầm. Như có thể nắm hiểu được ý chỉ thì dù là Bắc tông mà thực sự "đến được ngoài cửa" như người xưa thì việc đạt đến chứng ngộ, bước hẳn "vào trong" hẳn cũng không còn xa lắm! Do đó, nếu ai chỉ biết phân biệt theo tên gọi, tự cho mình là Nam tông đích truyền, Lâm Tế chánh tông... cũng chưa hẳn đã có thể thừa đương được những chỗ thâm mật, uyên áo của người xưa. Còn nếu như nắm hiểu được ý chỉ của tông môn, thẳng đường tu tiến, thì dù có gọi đó là tiệm hay đốn, Bắc hay Nam cũng chẳng do nơi đó mà có thể làm thay đổi kết quả tu tập.

Viên tịch

Lục Tổ Đại sư một ngày kia biết mình sắp viên tịch, liền gọi hết môn đồ như các vị Pháp Hải, Chí Thành, Pháp Đạt, Thần Hội, Trí Thường, Trí Thông, Chí Triệt, Chí Đạo, Pháp Trân, Pháp Như... đến mà dạy rằng:

"Các ông chẳng phải như những người khác, sau khi ta diệt độ rồi, mỗi người đều phải làm thầy một phương mà thuyết pháp, giáo hoá."

Rồi Đại sư ân cần dặn dò, chỉ bảo những chỗ pháp yếu trong việc khai thị, giáo hóa đồ chúng sau này.

Tháng bảy năm Nhâm Tý (712), Đại sư bảo môn đồ qua chùa Báo Ân[1] tại Tân Châu xây tháp,[2] hối thúc thợ làm nhanh, qua cuối mùa hạ năm sau làm lễ khánh thành.

---

[1] Các bản khác đều chép là Quốc Ân, e là nhầm, vì đây là chính là chùa Báo Ân Quang Hiếu mà Quảng Đông thông chí có nói tới như đã trích dẫn trong một đoạn trước.

[2] Chuẩn bị cho sự viên tịch của Sư.

Mùng một tháng bảy năm Quý Sửu, Đại sư nhóm đồ chúng, dạy rằng:

"Đến tháng tám này, ta muốn lìa khỏi thế gian. Các ông có điều nghi nên hỏi sớm đi, ta phá nghi cho, khiến các ông hết mê. Sau khi ta đi rồi, không có người dạy các ông."

Pháp Hải cùng các môn đồ khác nghe lời này thảy đều sa nước mắt khóc. Duy chỉ có Thần Hội là thần sắc không thay đổi, chẳng khóc. Đại sư nói:

"Tiểu sư Thần Hội đạt được chỗ thiện, bất thiện như nhau, chê khen chẳng động, buồn vui chẳng sinh, còn những người khác chẳng được gì cả. Vậy bao năm nay ở chùa, các ông tu pháp chi? Nay các ông bi lụy, ấy là vì ai mà lo? Nếu lo vì ta chẳng biết nơi đi, thì ta tự biết nơi đi. Nếu ta chẳng biết nơi đi, thì đã chẳng báo trước với các ông. Các ông bi lụy, thật là vì chẳng biết chỗ ta đi. Nếu biết chỗ ta đi, ắt chẳng nên bi lụy. Pháp tánh vốn không có sanh diệt, đến đi. Y theo đó mà tu hành, sẽ chẳng mất tông chỉ."

Khi ấy, biết là Đại sư chẳng còn trụ lâu ở đời, Pháp Hải liền lên tòa, lạy hai lạy, hỏi rằng:

"Sau khi Hòa thượng nhập diệt, y pháp nên truyền cho người nào?"

Đại sư đáp rằng: "Những điều ta thuyết giảng từ khi ở chùa Đại Phạm cho tới nay, hãy ghi chép lại mà cho lưu hành, đề tựa là Kinh Pháp Bảo Đàn. Các ông hãy giữ gìn, truyền trao cho nhau, độ khắp quần sanh. Chỉ y theo đó, gọi là chánh pháp. Nay ta vì mọi người mà thuyết pháp, chứ chẳng truyền y. Vì lòng tin của các ông đã thuần thục, quyết định không còn nghi ngờ, có thể nhận nổi việc lớn. Lại theo ý Tổ Đạt-ma truyền kệ, thì y chẳng nên truyền. Kệ như thế này:

Pháp ta truyền đến xứ này,
Độ người mê muội, cứu người ngu si.
Một hoa năm cánh đúng kỳ,[1]
Tự nhiên hưng thịnh Thiền quy rộng truyền.

Sư thuyết kệ rồi, lại dạy rằng: "Pháp chẳng phân hai, tâm cũng như vậy. Đạo vốn thanh tịnh, cũng không có các tướng. Các ông cẩn thận, chớ rơi vào chỗ quán tịnh hoặc cố làm trống không tâm mình. Tâm này vốn tịnh, không thể lấy, không thể bỏ. Mỗi người nên tự mình gắng sức, khéo tùy duyên mà đi đi."

Khi ấy, đồ chúng đều làm lễ và lui ra.

Ngày mùng tám tháng bảy, Đại sư bất ngờ bảo đồ chúng rằng: "Ta muốn về Tân Châu, các ông mau chuẩn bị thuyền."

Đại chúng buồn thảm, thiết tha cầm lại, Đại sư nói:

"Chư Phật ra đời còn thị hiện Niết-bàn. Có đến tất có đi cũng là lẽ đương nhiên. Hình hài này của ta ắt có chỗ về."

---

[1] Một hoa năm cánh là lời dự báo sự phát triển của Nam tông sau này thành Ngũ gia, rộng truyền pháp Thiền Đốn giáo ra khắp nơi.

Đại chúng thưa hỏi: "Đại sư đi lần này, liệu có trở lại chăng?"

Đại sư nói: "Lá rụng về cội."[1]

Rồi không hẹn ngày trở lại.

Đại chúng lại thưa hỏi: "Chánh pháp nhãn tạng[2] truyền cho ai?"

Đại sư đáp: "Ai có đạo thì được, ai vô tâm thì thông hiểu."[3]

Đại chúng lại hỏi: "Về sau có nạn gì chăng?"

Đại sư nói: "Sau khi ta tịch diệt khoảng năm, sáu năm, sẽ có một người đến lấy đầu ta." Rồi đọc kệ rằng:

Đầu thờ cha mẹ,

Miệng cần miếng ăn.

Gặp nạn tên Mãn,

Dương, Liễu là quan.[4]

Đại sư lại nói: "Sau khi ta nhập diệt bảy mươi năm, sẽ có hai vị Bồ Tát từ phương Đông lại, một vị xuất gia, một vị tại gia, đồng thời chấn hưng, giáo

---

[1] Cũng như lá rụng về cội, Đại sư định trở về quê quán là xứ Tân Châu mà viên tịch.

[2] Chánh pháp nhãn tạng: chỗ bí yếu trong chánh pháp, như con mắt là chỗ quan yếu nhất của thân người.

[3] Nguyên văn trong Đàn Kinh: 有道者得，無心者通。(Hữu đạo giả đắc, vơ tâm giả thông.)

[4] Sau này ứng việc Trương Tịnh Mãn nhận tiền của Kim Đại Bi (vì miệng cần miếng ăn), đến lấy trộm đầu Lục Tổ, nhằm lúc Dương Khản làm Huyện lệnh, Liễu Vô Thiểm làm Thứ sử.

hóa, gây dựng lại tông phái, xây dựng lại chùa tháp, làm cho hưng thạnh đạo pháp."

Đại chúng lại thưa hỏi: "Từ Phật tổ ứng hiện đến nay truyền trao đã bao nhiêu đời, xin chỉ bảo cho biết."

Đại sư đáp: "Phật xưa ứng thế nhiều vô số, không thể tính đếm, kể hết. Nay chỉ lấy bảy vị làm đầu. Đời quá khứ Trang nghiêm Kiếp có Phật Tỳ-bà-thi, Phật Thi-khí, Phật Tỳ-xá-phù. Về Hiền Kiếp này có Phật Câu-lưu-tôn, Phật Câu na-hàm Mâu-ni, Phật Ca-diếp và Phật Thích-ca. Đó là bảy vị Phật.

"Phật Thích-ca bắt đầu truyền cho Tôn giả Ma-ha Ca-diếp là Tổ thứ nhất.

"Tổ thứ hai là Tôn giả A-nan, Tổ thứ ba là Tôn giả Thương-na Hòa-tu, Tổ thứ tư là Tôn giả Ưu-ba-cúc-đa, Tổ thứ năm là Tôn giả Đề-đa-ca, Tổ thứ sáu là Tôn giả Di-giá-ca, Tổ thứ bảy là Tôn giả Bà-tu-mật-đa, Tổ thứ tám là Tôn giả Phật-đà Nan-đề, Tổ thứ chín là Tôn giả Phục-đà Mật-đa, Tổ thứ mười là Tôn giả Hiếp,[1] Tổ thứ mười một là Tôn giả Phú-na Dạ-xa, Tổ thứ mười hai là Đại sĩ Mã Minh, Tổ thứ mười ba là Tôn giả Ca-tỳ Ma-la, Tổ thứ mười bốn là Đại sĩ Long-thọ, Tổ thứ mười lăm là Tôn giả Ca-na-đề-bà, Tổ thứ mười sáu là Tôn giả La-hầu-la-đa, Tổ thứ mười bảy là Tôn giả Tăng-già Nan-đề, Tổ thứ mười tám là Tôn giả Già-da Xá-đa, Tổ thứ mười chín là Tôn giả Cưu-ma-la-đa, Tổ thứ hai mươi là

---

[1] Hiếp Tôn giả (脅尊者) cũng có tên là Bà-lật Thấp-bà (婆栗濕婆).

Tôn giả Xà-da-đa, Tổ thứ hai mươi mốt là Tôn giả Bà-tu Bàn-đầu, Tổ thứ hai mươi hai là Tôn giả Ma-nô-la, Tổ thứ hai mươi ba là Tôn giả Hạc-lặc-na, Tổ thứ hai mươi bốn là Tôn giả Sư Tử,[1] Tổ thứ hai mươi lăm là Tôn giả Bà-xá Tư-đa, Tổ thứ hai mươi sáu là Tôn giả Bất-như Mật-đa, Tổ thứ hai mươi bảy là Tôn giả Bát-nhã Đa-la, Tổ thứ hai mươi tám là Tôn giả Bồ-đề Đạt-ma,[2] Tổ thứ hai mươi chín là Đại sư Huệ Khả, Tổ thứ ba mươi là Đại sư Tăng Xán, Tổ thứ ba mươi mốt là Đại sư Đạo Tín, Tổ thứ ba mươi hai là Đại sư Hoằng Nhẫn. Huệ Năng này là Tổ thứ ba mươi ba.

"Các vị Tổ trên đây đều có sự truyền nối rõ ràng. Các ông về sau, đời này lưu truyền đời kia, cũng đừng để cho lầm lạc."

Đại chúng nghe xong, tin nhận lời Tổ, làm lễ lui ra.

Ngày mùng 3 tháng 8 năm Quí Sửu (713), Đại sư dùng bữa ở chùa Báo Ân xong rồi, bảo đồ chúng rằng: "Các ông theo thứ tự mà ngồi, ta từ biệt các ông."

Pháp Hải bạch rằng: "Hòa thượng lưu lại giáo pháp chi khiến cho người mê đời sau thấy được Phật tánh?"

Đại sư nói: "Các ông hãy lắng nghe đây. Người

---

[1] Cũng có tên là Sư Tử Bồ-đề (師子菩提).

[2] Tổ Bồ-đề Đạt-ma sang Trung Hoa truyền bá Thiền tông đầu tiên nên là Sơ Tổ của Thiền Trung Hoa. Theo đó mà truyền thừa thì ngài Huệ Năng là Tổ thứ sáu.

mê đời sau nếu nhận biết chúng sanh, tức là Phật tánh. Nếu chẳng nhận biết chúng sanh, dù muôn kiếp tìm Phật cũng khó gặp. Nay ta dạy các ông nhận biết chúng sanh nơi tự tâm, thấy tánh Phật nơi tự tâm. Muốn cầu thấy Phật, chỉ cần nhận biết chúng sanh. Chỉ vì chúng sanh làm mê tánh Phật, chẳng phải tánh Phật làm mê chúng sanh. Tự tánh giác ngộ, chúng sanh là Phật; tự tánh ngu mê, Phật là chúng sanh. Tự tánh bình đẳng, chúng sanh là Phật; tự tánh tà hiểm, Phật là chúng sanh. Các ông nếu trong tâm hiểm sâu tà vạy, tức là Phật bị che lấp trong chúng sanh. Một niệm công bằng chánh trực, tức chúng sanh thành Phật. Trong tâm ta tự có Phật. Phật tự tâm mới thật là Phật. Nếu tự mình không có tâm Phật, thì cầu Phật ở đâu? Tự tâm của các ông là Phật, đừng hồ nghi nữa. Bên ngoài không một vật gì có thể kiến lập được, chỉ đều là tự bản tâm sanh ra muôn pháp. Cho nên kinh nói rằng: 'Tâm sanh, các pháp đều sanh; tâm diệt, các pháp đều diệt.'"

Đại sư lại dạy rằng: "Các ông nên khéo giữ gìn. Sau khi ta diệt độ, chớ theo thường tình thế tục bi lụy khóc lóc, mặc đồ tang, bày chuyện điếu văn. Làm như vậy chẳng phải đệ tử ta, cũng chẳng hợp chánh pháp. Chỉ tự nhận biết bản tâm, tự thấy bản tánh, không động không tĩnh, không sanh không diệt, không qua không lại, không phải không quấy, không trụ không đi. Sợ rằng các ông tâm mê chẳng hiểu ý ta, nay dặn dò lại các ông lần nữa, khiến cho được thấy tánh. Sau khi ta diệt độ, y như vậy tu hành, như ta vẫn còn. Nếu trái lời dạy của ta, thì dầu ta còn tại thế cũng chẳng ích gì."

Lại thuyết kệ rằng:

Sừng sững chẳng tu lành,
Trơ trơ không tạo ác.
Lặng lặng dứt thấy nghe,
Làu làu tâm vô trước.

Sư thuyết kệ rồi, ngồi ngay ngắn cho tới canh ba, thình lình bảo môn nhân rằng: "Ta đi đây." Rồi an nhiên thị tịch. Lúc đó, mùi hương lạ đầy nhà, xuất hiện cầu vồng màu trắng nối từ trời xuống đất, cây rừng biến sang màu trắng, chim muông kêu tiếng thảm thương!

Đến tháng mười một, quan lại và môn nhân, kẻ tăng, người tục ở ba quận Quảng Châu, Thiều Châu và Tân Châu đều tranh nhau rước chân thân, không giải quyết được. Mọi người bèn đốt hương mà khấn rằng: "Khói hương bay hướng nào là Sư về nơi đó." Khấn xong, khói hương bay về hướng Tào Khê.

Ngày 13 tháng 11, dời linh cửu và y bát của Đại sư truyền lại, rước về Tào Khê. Ngày 25 tháng 7 năm sau, mở áo quan ra. Đệ tử là Phương Biện dùng bột hương nhão phết lên cúng dường. Môn nhân nhớ lại lời sấm "lấy đầu", bèn dùng lá sắt, vải sơn bao quanh cổ Đại sư, rồi mới rước vào tháp. Thình lình, trong tháp có hào quang màu trắng hiện ra, xông thẳng lên trời, ba ngày sau mới tan. Quan Thứ sử Thiều Châu tâu việc ấy lên triều đình. Vua ban chiếu sai lập bia ghi đạo hạnh của Đại sư.

Đại sư thọ 76 tuổi, năm 24 tuổi được truyền y, 39 tuổi xuống tóc, thuyết pháp độ sanh 37 năm. Kẻ nắm được tông chỉ nối pháp Đại sư có 43 người, còn kẻ ngộ đạo siêu phàm thì chẳng biết bao nhiêu mà kể. Tấm y làm tin từ Tổ Đạt-ma truyền lại, cà-sa ma-nạp với bình bát quý của vua Trung Tông dâng cúng, và tượng của Đại sư do Phương Biện đắp, cùng các đồ đạo cụ khác đều giao cho vị thị giả chủ tháp trông coi, giữ hoài ở đạo tràng Bảo Lâm. Lại lưu truyền bộ Đàn Kinh để nói rõ tông chỉ.

Sau khi Sư nhập tháp, vào niên hiệu Khai Nguyên thứ 10 (722), nửa đêm ngày mùng 3 tháng 8, thình lình nghe trong tháp như có tiếng kéo dây sắt. Chúng tăng giựt mình thức dậy, thấy có một người mặc đồ trắng từ trong tháp chạy ra. Tìm thấy có vết thương nơi cổ Đại sư, liền đem chuyện kẻ trộm trình lên châu, huyện. Quan Huyện lệnh là Dương Khản, quan Thứ sử là Liễu Vô Thiểm nhận được tin, sai quân đi tầm nã rất khẩn. Ngày thứ năm, bắt được tội phạm tại thôn Thạch Giác, giải về Thiều Châu tra hỏi, khai ra rằng: "Họ Trương, tên Tịnh Mãn, người huyện Lương thuộc Nhữ Châu. Tại chùa Khai Nguyên nơi Hồng Châu có nhận hai chục ngàn quan tiền của một vị tăng xứ Tân La (Triều Tiên) là Kim Đại Bi để lấy đầu của Lục Tổ Đại sư, đưa cho vị ấy đem về xứ Hải Đông cúng dường." Quan Thú họ Liễu nghe lời khai, chưa vội gia hình. Bèn đích thân đến Tào Khê, hỏi môn đồ bậc cao của Sư là Lịnh Thao rằng: "Việc này xử đoán thế nào?"

Thao đáp: "Nếu luận theo phép nước, thời lẽ nên giết. Nhưng lấy nghĩa từ bi của Phật giáo, thì coi oán thù với thân thích như nhau. Huống chi kẻ kia muốn cầu để cúng dường, nên tha thứ."

Quan Thứ sử họ Liễu khen rằng: "Mới hay cửa Phật quảng đại!" Liền tha tội cho.

Năm đầu niên hiệu Thượng Nguyên (756), vua Túc Tông sai sứ tới thỉnh y bát của Sư đem về nội cung cúng dường. Qua năm đầu niên hiệu Vĩnh Thái (763), ngày mồng năm tháng năm, vua Đại Tông nằm mộng thấy Lục Tổ Đại sư đến thỉnh y bát. Ngày mùng bảy, vua giáng sắc cho viên Thứ sử Dương Giam rằng: "Trẫm mộng thấy Năng Thiền sư xin đem truyền y, cà-sa trở về Tào Khê. Nay sai Trấn quốc Đại tướng quân Lưu Sùng Cảnh đội đầu mà đưa đến. Trẫm xem là đồ quốc bảo. Nhà ngươi nên theo như phép tắc, đặt yên tại chùa ấy, khiến cho tăng chúng thân thừa tông chỉ, thủ hộ nghiêm ngặt, đừng để mất đi."

Về sau, cũng có khi bị người lấy trộm, đều tìm kiếm chẳng xa mà bắt lại được. Như vậy có đến ba bốn lần.

Vua Hiến Tông ban thụy hiệu cho Đại sư là Đại Giám Thiền sư, đề tên tháp là Nguyên Hòa Linh Chiếu. Còn những sự tích khác, hiện chép tại các bài văn bia của quan Thượng thư Vương Duy, quan Thứ sử Liễu Tông Nguyên, quan Thứ sử Lưu Vũ Tích đời nhà Đường.

MỤC LỤC

Thay lời tựa..5

Thân thế tầm thường của một vĩ nhân......9
- Người đến từ phương nam 9
- Đi tìm dấu vết xa xưa... 11
- Câu hỏi chưa có lời đáp 14
- Huyền thoại về Lục Tổ Đại sư 21
- Bản Đàn Kinh ở Đôn Hoàng 26

Hoằng dương chánh pháp 43
- Nam tông Đốn giáo Tối thượng thừa 43
- Khai diễn pháp môn Đông Sơn 61
- Nam Năng Bắc Tú 66
- Tào Khê chánh giáo 91
- Đốn giáo và Tiệm giáo 116

Viên tịch.. 125

Lời thưa

Trong kinh Pháp Cú, đức Phật dạy rằng: "Pháp thí thắng mọi thí." Thực hành Pháp thí là chia sẻ, truyền rộng lời Phật dạy đến với mọi người. Mỗi người Phật tử đều có thể tùy theo khả năng để thực hành Pháp thí bằng những cách thức như sau:

1. Cố gắng học hiểu và thực hành những lời Phật dạy. Tự mình học hiểu càng sâu rộng thì việc chia sẻ, bố thí Pháp càng có hiệu quả lớn lao hơn. Nên nhớ rằng **việc đọc sách còn quan trọng hơn cả việc mua sách.**

2. Phải trân quý kinh điển, sách vở in ấn lời Phật dạy. Khi có điều kiện thì mua, thỉnh về nhà để tự mình và người trong gia đình đều có điều kiện học hỏi làm theo. Không nên giữ làm của riêng mà phải sẵn lòng chia sẻ, truyền rộng, khuyến khích nhiều người khác cùng đọc và học theo. Không nên để kinh sách nằm yên đóng bụi trên kệ sách, vì **kinh sách không có người đọc thì không thể mang lại lợi ích.**

3. Tùy theo khả năng mà đóng góp tài vật, công sức để hỗ trợ cho những người làm công việc biên soạn, dịch thuật, in ấn, lưu hành kinh sách, **để ngày càng có thêm nhiều kinh sách quý được in ấn, lưu hành.**

Thông thường, việc chi tiêu một số tiền nhỏ không thể mang lại lợi ích lớn, nhưng nếu sử dụng vào việc giúp lưu hành kinh sách thì lợi ích sẽ lớn lao không thể suy lường. Đó là vì đã giúp cho nhiều người có thể hiểu và làm theo lời Phật dạy. Mong sao quý Phật tử khắp nơi đều lưu tâm đóng góp sức mình vào những việc như trên.

TINH YẾU THỰC HÀNH PHÁP THÍ

- Mua thỉnh kinh sách về đọc, tự mình sẽ được rất nhiều lợi ích.

- Chia sẻ, truyền rộng bằng cách cho mượn, biếu tặng kinh sách đến nhiều người thì lợi ích ấy càng tăng thêm gấp nhiều lần.

- Đóng góp công sức, tài vật để hỗ trợ công việc biên soạn, dịch thuật, giảng giải, in ấn, lưu hành kinh sách thì công đức lớn lao không thể suy lường, vì có vô số người sẽ được lợi ích từ việc lưu hành kinh sách.

www.ingramcontent.com/pod-product-compliance
Ingram Content Group UK Ltd.
Pitfield, Milton Keynes, MK11 3LW, UK
UKHW022210230426
12048UKWH00016BA/758